ஒரு நவீன இந்திய இலக்கியத் தொகுப்பு

# காற்றுக்குத் திசை இல்லை

ஒரு நவீன இந்திய இலக்கியத் தொகுப்பு

# காற்றுக்குத் திசை இல்லை

தொகுப்பும், தமிழாக்கமும்:

இந்திரன்

Title: Kaatrukku Thisai Illai
Author's Name: Indiran

Published by Ezutthu Prachuram

Ezutthu Prachuram
(An imprint of Zero Degree Publishing)
No. 55(7), R Block, 6th Avenue,
Anna Nagar,
Chennai - 600 040

Website: www.zerodegreepublishing.com
E Mail id: zerodegreepublishing@gmail.com
Phone: 89250 61999

Ezutthu Prachuram First Edition: June 2023
ISBN: 978-93-90053-63-6
TITLE NO EP: 436

Layout: Vijayan, Creative Studio

இந்திய இலக்கியக்
கடலோர மணல் வெளியின்
நகத்தளவு கிளிஞ்சலிலும் வானவில்கள் பல தூங்கும்
கண்ணாடி நண்டுகள்
அடிப்புறத்து மணலையெல்லாம்
அள்ளி வந்து மேல் குவிக்கும்
தூரத்துப் பலமொழிகள் திரட்டி வந்து செவி நிறைக்கும்
காற்றினது கையினிலே
திசைகாட்டும் கருவியில்லை.
மண்ணுக்குள் வேலியிட
காற்றுக்கு மனசில்லை.

●

இந்திரன்

பொருளடக்கம்

# முன்னுரை

இந்திய இலக்கியம் பல்வேறு இனம், மொழி, பண்பாடுகளைக் கொண்ட மக்களின் இலக்கியமாகும். இந்த உண்மை, இதை மனிதனின் பண்பாட்டு வளர்ச்சியில் தனிச் சிறப்பு உடைய தாக்குகிறது. இந்தியாவின் ஒவ்வொரு மொழி இலக்கியமும் அவ்வவற்றிற்கான அடையாளங்களுடன் முழு வளர்ச்சி அடைகிறபோது அவற்றுடன் சேர்ந்து ஓர் அகில உலகப் பண்பாடும் மலர்ச்சி அடைகிறது என்பதை நாம் புரிந்து கொள்ள வேண்டும்.

தென் கோடியில் இருக்கும் தமிழர்களாகிய நாம், நம் அண்டை மாநிலங்களின் சகோதரமொழி இலக்கியங்களைப் பயில்கிற அளவுக்கு நம் தமிழ் மொழியின் அகில உலகத்தன்மை அதிகப்படுகிறது.

இன்றைக்கு நம்மைச் சுற்றி, இந்தியத் துணைக்கண்டம் முழுவதும் பரவி இருக்கும், பல்வேறு மொழிகளைச் சார்ந்த இந்திய எழுத்தாளர்கள் என்ன படைத்துக்கொண்டிருக்கிறார்கள்? தென் கோடியில் ஒரு தமிழன் சந்திக்கும் அதே பிரச்சினையின் பல்வேறு முகங்களை அவர்கள் எப்படி தரிசிக்கிறார்கள்? காஷ்மீரியிலிருந்து கன்னடம் வரை, ஒரியாவிலிருந்து மலையாளம் வரை பிறமொழிப் படைப்பிலக்கிய உலகில் இன்று என்ன நடந்துகொண்டிருக்கிறது?

இவ்வினாக்களுக்கு விடை காண்பது ஓர் நல்ல இலக்கிய அனுபவம் ஆகும். இந்த இலக்கிய அனுபவத்தைச் சாத்தியப்படுத்தும் ஒரு முயற்சிதான் இந்த நூல். இதில் இந்தியாவின் 14 மொழிகளின் இன்றைய பல்வேறு எழுத்தாளர்களின் கவிதை, சிறுகதை, கட்டுரை என்று பல்வேறு இலக்கியப் படைப்புகளைத் தமிழாக்கித் தொகுத்துள்ளேன்.

இந்தத் திசையில் நேஷனல் புக் ட்ரஸ்ட், சாகித்ய அகாடமி, இந்தியன் கவுன்சில் ஃபார் கல்ச்சுரல் ரிலேஷன்ஸ் போன்ற அரசு அமைப்புகளும், 1977-ல் உருவாக்கப்பட்ட 'ஆத்தர்ஸ்கில்டு' போன்ற எழுத்தாளர் கூட்டுறவு அமைப்புகளும் பணி ஆற்றியே வருகிறார்கள். ஆயினும் இந்த அமைப்புகள் அனைத்தும், இன்றைய சமுதாயத்தையும், அதன் இலக்கியத்தையும் வாதுக்கழைக்கும் எதிர்ப்பு - இலக்கியவாதிகளையும், அதிநவீன சோதனை முயற்சியாளர்களையும் தள்ளி வைத்து விடுகின்றன. உண்மையில் இவர்களால் ஒதுக்கித் தள்ளப்படும் இந்த எழுத்தாளர்கள்தான் மண்ணின் மனசாட்சியாக இருக்கிறவர்கள். இவர்கள்தான் தங்களது இடையறாத சோதனை முயற்சிகளின் மூலமாக இலக்கியத்தின் எல்லைகளை விரிவுபடுத்திக்கொண்டு போகிறவர்கள்.

எனவேதான் திகம்பரகவிகள் (தெலுங்கு). தலித் சிறுத்தைகள் (மராத்தி), அ- கவிதாவாதிகள் (இந்தி). பசிக்கும் தலைமுறையினர் (வங்காளம்) என்று இந்தியாவில் இருக்கும் பல்வேறு எதிர்ப்பு - இலக்கியவாதிகளுக்கும் இந்நூலில் முக்கிய இடம் கொடுத்திருக்கிறேன். இப்படி நான் சொல்வதினாலேயே ஞானபீடம், சாகித்ய அகாடமி ஆகிய விருதுகள் பெற்று நாடு முழுவதும் பாராட்டப்பெற்ற எழுத்தாளர்களை நான் தள்ளி வைத்துவிட்டேன் என்று எண்ணிவிடவேண்டாம். அவர்களும் இத்தொகுப்பில் நிறையவே இடம் பெற்றுள்ளனர்.

பல்வேறு இலக்கியப் போக்குகளைக் கொண்ட இன்றைய நவீன இந்திய இலக்கியத்தின் ஒரு குறுக்குவெட்டுத் தோற்றத்தையே கொடுக்கும் வண்ணம் படைப்புகளைத் தேர்ந்தெடுத்து, தமிழாக்கி உங்கள் வாயிற்படிக்குக் கொண்டு வந்துள்ளேன்.

மும்மொழி மட்டுமே அறிந்த நான் இவற்றை மொழி பெயர்ப்பதற்கு ஆங்கிலத்தையே ஊடகமாகப் பயன்படுத்தி இருக்கிறேன். இந்த வகையில் இப்படைப்புகளை இவற்றின் மூலமொழிகளிலிருந்து ஆங்கிலத்தில் மொழிபெயர்த்த என் சக மொழிபெயர்ப்பாளர்களுக்கும், அவற்றின் வெளியீட்டாளர்களுக்கும் நான் என்றும் நன்றிக்கடன் பட்டவன் ஆவேன்.

ஒருமுறை ஹரித்துவாரத்தில் மலைகளுக்கு இடையே கம்பீர அமைதியுடன் ஓடுகிற கங்கையில் ஒரு கை நீரள்ளிக் குடித்தேன்.

சுத்தமான குளிர்ந்த நீர் என் தொண்டைக்குள் இறங்கியபோது ஆயிரம் ஆண்டுகளாக இடையறாது பாய்ந்து கொண்டிருக்கும் கங்கையையே குடித்துவிட்ட பரவசம் உடலில் பரவியது. இந்நூலை உங்கள் முன் படைக்கிறபோதும் இப்படித்தான் ஒரு பரவசம்.

ஆனால் -

ஒரு கை நீர்தான்!

**- இந்திரன்**

# இந்திய இலக்கியம் — ஓர் அறிமுகம்

இந்தியா தனித்துப்போய்விட்ட ஒரு தீவல்ல; துணைக் கண்டம். இங்கு பல்வேறு மொழிகள், பல்லாயிரக்கணக்கான ஆண்டுகளாகப் புழக்கத்தில் இருந்து வருகின்றன. மிகப் பழமையான ரிக் வேதத்தின் 'ப்ருதிலி சூக்தம்' பல மக்கள் பல்வேறு மொழிகளைப் பேசுவதைப் பற்றிக் குறிப்பிடுகிறது.

1971-ஆம் ஆண்டு கணக்கெடுப்பின்படி இங்கு 1952 மொழிகள் உள்ளன. இவற்றில் பல வரிவடிவம் அற்றவை. இவற்றில் 720 இந்திய மொழிகளும், 103 இந்திய - அல்லாத மொழிகளும் உள்ளன. உருது, சமஸ்கிருதம், இந்தி, ஆங்கிலம் ஆகியவை எந்தக் குறிப்பிட்ட மாநிலத்துக்கும் உரியவை அல்ல. நாட்டின் 90 விழுக்காடு மக்கள் அரசியல் சட்டத்தின் 8வது அட்டவணையில் சேர்க்கப்பட்டு இருக்கும் 15 மொழிகளில் ஏதேனும் ஒன்றைப் பேசுகின்றனர்.

இத்தகைய ஒரு நாட்டில், 'நாடு முழுவதற்கும் பொதுவான தேசிய இலக்கியம்' எனும் கருத்தை 19ஆம் நூற்றாண்டின் வெள்ளை ஏகாதிபத்தியம் முன் வைத்தது.

தான் கைப்பற்றிய குடியேற்ற நாடுகளில் இருக்கும் மொழி, இனம், வகுப்பு, பண்பாடு ஆகிய பிரிவுகளை எல்லாம் மூடி மறைத்து தன் அதிகாரத்தை ஒருமுனைப்படுத்திக்கொள்வதற்காக பிரிட்டிஷ் பேரரசு கையாண்ட பல தந்திரங்களில் ஒன்றாகத்தான் 'தேசிய இலக்கியம்' எனும் கருத்து அறிமுகப்படுத்தப்பட்டது.

பின்னர் நாடு தழுவிய விடுதலைப் போராட்டம் தீவிர மடைந்தபோது ஒரே தேசிய விருப்பத்துடன் கூடிய ஒரு ‘தேசிய இலக்கியம்’ மலரத்தொடங்கியது உண்மையே. உமாஷங்கர் ஜோஷி எனும் குஜராத்திக் கவிஞர் சொன்னார், “நான் குஜராத்தி மொழியைப் பயன்படுத்தும் ஓர் இந்தியக் கவிஞன்” என்று. நாட்டுக்கு நெருக்கடி நேர்ந்தபோதெல்லாம் இதுபோன்ற தேசியப் பண்புடன் இலக்கியங்கள் தோன்றவே செய்தன. எடுத்துக்காட்டாக, வங்காளப் பிரிவினை, சீனப்படையெடுப்பு, எமர்ஜென்சி ஆகிய பல்வேறு இக்கட்டான காலகட்டங்களில் இதுபோன்ற தேசிய இலக்கியப் போக்குகள் தோன்றவே செய்தன.

ஆனால் இன்றைக்கு ‘தேசிய இலக்கியம்’ எனும் ஒன்று இருக்கிறதா, என்றால் இல்லை. ஒரு பழமையான நினைவு நிகழ்காலத்தின் மீது செலுத்தும் ஆதிக்கம்தான் இந்த ‘தேசிய இலக்கியம்’ எனும் கனவு.

இந்தியாவைப்போல், இனம், மொழி, பண்பாடு ஆகியவற்றால் வேறுபட்ட ஒரு நாட்டில், ஒரே தேசிய நோக்குடன் கூடிய இலக்கியத்தை உருவாக்கிவிட்டதாக நினைப்பது மிகவும் வேடிக்கையானது; நிகழ்காலத்தோடு தொடர்பு இல்லாதது. சாகித்ய அகாடமியின் ஸ்லோகம், “இந்திய இலக்கியம் என்பது ஒன்றுதான். அது பல மொழிகளில் எழுதப்படுகிறது” என்று சொல்வது இன்றைக்குப் பொய்தான்.

இதுபோல நினைப்பது கூண்டுக்குள் இருக்கும் பறவை, தான் வாழ்ந்துகொண்டிருப்பது வானம்தான் என்று சொல்வதைப் போன்றது. ஒரு காலத்தில் வானத்தில் இருந்திருக்கலாம். இனி இருக்க வேண்டும் என்று ஆசைப்படலாம். ஆனால் இன்றைக்கு இல்லை.

இந்திய வரலாற்றின் பக்கங்களைப் புரட்டிப்பார்த்தால், சமஸ்கிருதம், அராபி, பாரசீகம், ஆங்கிலம் ஆகிய பல மொழிகள் பல்வேறு காலகட்டங்களில் இந்தியாவின் தேசிய மொழியாக இருந்து வந்திருப்பதை அறியலாம். இதேபோல் பல்வேறு காலகட்டங்களில், பல்வேறு மதங்கள் இந்தியாவின்

பண்பாட்டுக் கடலில் வந்து கலந்திருக்கின்றன. இவற்றின் காரணமாக இந்திய இலக்கியமும், கலைகளும் பல புதிய பரிமாணங்களைப் பெற்று இருக்கின்றன.

மராத்திய கிறித்துவக்கவிஞரான வாமன் திலக், கன்னட முஸ்லீம் கவிஞரான சரீஃப் சாஹிப், தமிழில் தேம்பாவணி காவியம் செய்த இத்தாலியரான பெஸ்கி போன்றவர்களால் இந்திய இலக்கியம் செழுமைப்பட்டு இருக்கிறது.

கங்கை, யமுனை, காவிரி, இமயம் ஆகியவை வால்மீகி காலத்திலிருந்து இந்திய இலக்கியத்திற்கு உவமைகளாகவும், படிமங்களாகவும் பயன்பட்டு வந்துள்ளன. இவற்றுடன் முகலாய ஆட்சிக்குப் பிறகு காஷ்மீர் தோட்டங்கள், பாரிஜாதம், சூஃபி சிந்தனை முதலியன இந்திய இலக்கியத்தில் கலந்தன. பிரிட்டிஷ் ஆட்சிக்குப் பின்னால் மேப்பல், போப்ளார், ஓக் ஆகிய மரங்களும், லில்லி போன்ற மலர்களும் கோடை வாசஸ்தலங்களும் இந்திய இலக்கியத்தில் ஐக்கியமாயின.

இவ்வாறு காலந்தோறும் மாறிவந்த நமது இலக்கியம், இன்று உலகை எவை எவை ஆட்டிப் படைக்கின்றனவோ, அவற்றினால் தானும் மாறுதலுக்குள்ளாகி இருக்கிறது. இந்த மாற்றம் வெளிப்படையாகத் தெரிவதைக் காட்டிலும் உள்ளூர நடந்திருப்பதை நாம் கூர்ந்து கவனிக்க வேண்டும்.

இதற்கு ஒரு சிறு உதாரணம், நமது கிராமங்களில் இன்றைக்கும் இருந்து வரும் மாட்டு வண்டிகள். இவற்றைப் பார்க்கிறபோது மூன்றாம் உலகின் ஓர் அங்கமான இந்தியா இன்னமும் மாட்டு வண்டிகளிலேயே பயணம் செய்கிறது என்று சொல்லத் தோன்றும். இந்தியா தொழில்நுட்பத்தால் பெரிதும் பின்தங்கி இருக்கிறது என்றே முடிவு செய்யத் தோன்றும்.

ஆனால் இந்த மாட்டு வண்டிகளின் சக்கரங்களுக்குள் நமது கண்களுக்குப் புலப்படாமலேயே ‘பால் பேரிங்கு’களாக நவீன தொழில்நுட்பம் வந்து உட்கார்ந்து கொண்டிருக்கிறது. இவற்றின் சக்கரங்களில் தற்போது ரப்பர் டயர்கள் போடப்பட்டு இருக்கின்றன என்பதைக் கூர்ந்து கவனித்தால் மட்டுமே நமக்குப் புலப்படும். அந்த மாட்டு வண்டிகளைப் போலத்தான் நமது

இன்றைய நவீன இந்தியாவும், அதன் இலக்கியமும் உள்ளூர நிறைய மாறுதலுக்கு உள்ளாகி இருக்கின்றன.

இந்தியாவின் அண்மைக்கால இலக்கிய மறுமலர்ச்சிக்கு முன்புவரை கலையும் இலக்கியமும் மனிதனுக்காக அல்ல. அவை கடவுளுக்கும் மதத்திற்கும் சேவை செய்வதற்காக மட்டுமே ஏற்பட்டவை என்று புரிந்துகொள்ளப்பட்டிருக்கிறது.

ஆனால், இன்றைய நவீன இந்தியாவும் அதன் இலக்கியமும் அடிப்படையிலேயே மாற்றம் கண்டு இருக்கிறது. இலக்கியமும், கலைகளும் மனிதனுக்காக எனும் புதிய சிந்தனை தோன்றி இருக்கிறது. சொல்லப்போனால் இன்னும் ஒருபடி மேலே போய், கலை கடவுளுக்காகவா அல்லது மனிதனுக்காகவா எனும் கேள்வி மாறி, கலை மனிதனுக்காகவா அல்லது கலை கலைக்காகவா.

எனவே இவ்வாறு பழைய கருத்துகள் வாதுக்கழைக்கப் படுகின்றன. பழைய வடிவங்கள் வழக்கற்றுப் போகின்றன. இவை குறித்து நாம் அழுது புலம்புவதற்கு ஒன்றும் இல்லை.

புதிய தளிர் ஒன்றுக்கு இடம் கொடுத்து, பழைய இலை பழுத்து உதிர்கிறது என்று புரிந்துகொள்வதே சரி.

எனவே இத்தொகுதியில் இன்றைய புதிய தளிர்களை இனம் காட்டும் வகையில் நவீன எழுத்துகளைத் தொகுத்து இருக்கிறேன்.

இங்கு மொழிபெயர்ப்பைப் பற்றியும் சில வார்த்தைகள் நான் சொல்ல வேண்டும்.

மொழிபெயர்ப்பு நமக்கு ஒன்றும் புதியது அல்ல. கம்பன், ஏகநாத், துளசிதாஸ், பாஸ்கர், கீர்த்திவாசா, எழுத்தச்சன் என்று பலர் வால்மீகியின் சமஸ்கிருத காவியமான ராமாயணத்தை வால்மீகியின் பலமைக்குச் சமதையான ஆற்றலுடன் தத்தம் மொழிகளில் மொழி மாற்றம் செய்துள்ளனர்.

இந்த மொழி மாற்றங்களின் பின்னால் மதம் நின்று இயக்கி இருக்கிறது. இதனாலேயே மதம் சாராத, தோன்றிய இலக்கியங்கள்

இவ்வாறு மொழி மாற்றம் செய்யப்படாமல் விடப்பட்டுள்ளன. தமிழின் சிலப்பதிகாரம் இந்தியின் ரசாவ் - ஆலா, பஞ்சாபியின் ஹியர் - ரன்ஜா, வங்காளியின் மனச மங்கல் போன்றவை பிற மொழிகளில் ராமாயண, மகாபாரதங்களைப்போல் அதிக அளவில் மொழிபெயர்க்கப்படவில்லை.

மேலும் பழைய மொழிபெயர்ப்புகளின் உள்நோக்கங்களையும் கவனிக்கவேண்டும். இஸ்லாம், கிருத்துவ, ஜைன, பௌத்த மதங்களைச் சார்ந்தவர்கள், உள்நாட்டு மக்களையும், உள்நாட்டு மத நம்பிக்கைகளையும் தெரிந்துகொள்ளும் ஆர்வத்தில் செய்தவை. பிற்கால பிரிட்டிஷ், மற்றும் பிற மேலை நாட்டு மொழிபெயர்ப்பாளர்களில் கீழை நாட்டுத் தத்துவத்தினால் கவரப்பட்டவர்கள் இருப்பினும், ஒரு காட்டுமிராண்டித்தன மான *(Exotic)* இந்தியாவைத் தெரிந்துகொள்ளும் ஆர்வத்தினால் செய்யப்பட்டவையே அதிகம்.

ஆனால் இந்நூலின் மொழிபெயர்ப்பு மேற்குறித்தவைகளிலிருந்து முற்றிலும் வேறுபடுகிறது.

இது சக மனிதனின் மீதுள்ள அன்பின் காரணமாக அவனது ஆன்மாவின் குரலாக இருக்கும் இலக்கியத்தைத் தெரிந்துகொள்ளும் ஆசையில் செய்யப்படுகிறது. மனிதகுல மேம்பாட்டிற்குத் தொண்டாற்றும் மிக உன்னதமான கருவிதான் இலக்கியம் என்ற வகையில், இது இலக்கிய நோக்கத்துக்காக மேற்கொள்ளப்படுகிறது.

## செர்பண்டராஜு / தெலுங்கு

# வேண்டும்

மரங்களுக்கு உயிர் உண்டு
என்ற போதிலும்
அவை வெட்டப்படக்கூடாதென்று
நான் சொல்ல மாட்டேன்.

இலைகள்
இயற்கைக்கு எழில் கூட்டுகின்றன
இருந்தாலும்
அவை கிள்ளப்படக் கூடாதென்று
நான் சொல்ல மாட்டேன்.

கிளைகள்
மரங்களின் கரங்கள் தான்
என்றபோதிலும்
அவை முறிக்கப்படக் கூடாதென்று
நான் சொல்ல மாட்டேன்

ஏனெனில்
எனக்கு
ஒரு குடிசை வேண்டும்

★

அம்ருதா ப்ரீதம் / பஞ்சாபி

## என் நண்பன், என் அந்நியன்

திடீரென ஒரு நாள் நீ வந்தாய்
திடுக்கிட்டுப் போன காலம்
என் அறையில் நிலைத்து நின்றுவிட்டது
அப்போதுதான் மறையப் போகிற சூரியன்
சற்று நின்றது.
திரும்பி வரவேண்டும் எனும்
தலைவிதி கொண்ட அது
தன் விதியை மறந்து போனது.

வான மண்டலம் முறையிட்டது
அந்தக் கணத்தில்
திகைத்துப்போன காலம்
என் ஜன்னலின் வழியாகக்
குதித்து வெளியேறியது

நாம் அந்த நிகழ்ச்சியை
நினைத்துப் பார்த்து வியக்கிறோம்
ஒருவேளை
காலம் இதை மீண்டும் செய்யாமல் போகலாம்

இப்போது
நேரம் தவறாமல் சூரியன் மறைகிறது
ஒவ்வொரு இரவும்
இருட்டு என் நெஞ்சுக்குள் நுழைகிறது
நீயும், நானும்
ஒப்புக் கொள்கிறோமோ இல்லையோ
திகைத்துப்போய் நின்றுவிட்ட
அந்தக் காலம் என்னவோ
உண்மை.

என் ஜன்னல் வழியாக
காலம்
தாவி ஓடிய அந்த நாளில்
அதன் முட்டியில் காயம்பட்டுக்
குருதி கொட்டியது

அந்த ரத்தம்
இன்னமும் என் ஜன்னல் ஓர சட்டத்தில்
துடிக்கிறது

★

**தினா நாத் நதீம் / காஷ்மீரி**

## பசியும் நிலவும்

மலைகளுக்கு இடையே எழுந்த நிலவு
ஓர் அப்பம் போல்
என் கண்களில் தெரிந்தது.
கழுத்துப்பட்டையில் கிழிந்து
பளிங்கு மார்பின் வெட்டுக்காயங்களைக் காட்டும்
அங்கியைப்போல் அது மங்கியிருந்தது.

ஒரு கூலியாளின்
சம்பளத்தைப் பறிக்கும்
ஒரு வெள்ளிக் கள்ள நாணயம்போல்
அது வெளியிருந்தது.

நிலா ஓர் அப்பம் போல் இருந்தது.
மலைகள் பசித்துக் காணப்பட்டன.
மேற்குவானின் நெருப்பை
அணைத்தன மேகங்கள்.

ஆனால் கிழக்கிலோ
வனதேவதைகள்
நிலா எனும் அடுப்பை மூட்டி
மென்மையான வெளிச்சத்தில்

ஆவி எழுப்பும் அரிசியைச் சமைத்தன.
அது மலைகளின் மீதும் சிதறியது.

நான்
பசித்த வயிற்றிடம்
நம்பிக்கையை முணுமுணுத்தேன்.
வெண்மையாய் நிலவொளி பரவிய வானை
பசித்த பார்வையுடன்
பார்த்தேன்; பார்த்தேன்; பார்த்தேன்.

★

## அமீக் ஹன்ஃபீ / உருது

# வா

உன் முகம்
ஒரு வெள்ளைத் தாள்போல்
சுத்தமாக, வெறுமையாக இருக்கிறது.
ஏன் இந்த ஜன்னலை
மூடி வைத்து இருக்கிறாய்?

வா
உன்னை நான் முத்தமிடுகிறேன்
முத்தமிட்டு
உன்னை ஒரு கவிதைப்புத்தகமாக்கி
விடுகிறேன். இதுவரை கேட்டிராத, பேசப்பட்டிராத
வார்த்தைகளின்
ஒரு பதிவேடாக உன்னை மாற்றி விடுகிறேன்.

வா
நாம் இந்த ஜன்னலைத் திறப்போம்
இந்த வெற்றுத்தாளின் மீது
எதையாவது எழுதுவோம்
நாம் இந்தச் சித்திரத்தை
படச்சட்டத்திற்குள் போடுவோம்
இல்லையெனில்

இது ஒரு செய்தித்தாளாகிவிடும்
ஒருவேளை
ஒரு இலவச இணைப்பாகக்கூட ஆகிவிடலாம்.

காலத்தின் பாதத்திலிருந்து சொட்டும்
ரத்தத் துளிகள்
விரைவில் உன் முகத்தின் மீது
உறைந்து போகலாம்
இதுவரையிலும் பேசப்படாத, கேட்கப்படாத
வார்த்தைகள்
ஒன்றோடொன்று கலந்து போகலாம்
மூடிய ஜன்னலின் மீது
குறும்புக்காரக் குழந்தைகள்
அற்பச் செய்திகளைக்
கிறுக்கி வைத்து விடுவார்கள்
வா.

**கர்தார் சிங் துக்கல் / பஞ்சாபி**

# மழைக் கடவுளும் வானொலிப் பெட்டியும்

அவனுக்கு விடுமுறைகளே கிடையாது. அவன் வேலை அப்படி. சொல்லப்போனால், விடுமுறை நாள்களில் தெருக்களில் குறைந்த தூசு இருக்குமாதலால் அன்றைக்குத் தெருக்களில் தண்ணீர் தெளிக்க வேண்டியது மிகவும் அவசியம். இந்த வேலையைச் செய்வதற்கு நகரசபையிடம் பல வண்டிகள் உள்ளன. அவன் இவற்றில் ஒன்றை ஓட்டுகிறவன்.

சிலநேரங்களில் மாதக் கணக்காக மழையின் சிறுதுளி கூட விழாது. அப்போது ஒவ்வொரு நாளும் அதிகாலையிலிருந்து மாலைவரை தூசு நிறைந்த சாலைகளில் தண்ணீர்த் தொட்டிகளைக் காலி செய்து கொண்டே உழைக்கவேண்டும். வெப்பமான கோடைக்காலப் பகல்களில் அவ்வளவு மோசமில்லை. காய்ந்த தெருக்களிலிருந்து எழுகிற மண்வாசனை, தாயின் முலையில் மூக்கைப் புதைக்கும் குழந்தைக்குக் கிடைக்கும் அரிதார வெதுவெதுப்பைப்போல அவனுக்கு மிகவும் பிடிக்கும். தண்ணீரைப் பெறுவதற்காக சிலநேரங்களில் பனிக்கட்டிகளை உடைக்க வேண்டி இருக்கும். வெறுக்கத்தக்க குளிராக இருக்கும் போதிலும், நீண்ட சாலைகளில் தண்ணீர் தெளித்தாக வேண்டுமே.

இந்தச் சலிப்பூட்டும் அமைப்பை உடைக்கும் ஒன்றே ஒன்று எதுவென்றால், அதுதான் மழை. மழை என்றால் அவனுக்கு விடுமுறை. அப்போது கடவுள் வேலை செய்வார். அவன் ஓய்வெடுத்துக் கொள்வான்.

சில நேரங்களில் அவன் படுக்கைக்குப் போகும் போது வேண்டிக்கொள்வான். “இறைவா, மழையை வரவழைத்து நான் பகல்வரை தூங்க வழிசெய்.” சில நேரங்களில் அவன் பிரார்த்தனைக்குப் பதில் கிடைக்கும். இரவு மழை பெய்யும். எப்போதும்போல அதிகாலையில் எழுந்துவிடுவான். ஆனால் மீண்டும் படுக்கைக்குப் போய்விடுவான். அவன் உடம்பின் ஒவ்வொரு அங்குலமும் ஓய்வெடுத்து, இனி படுக்கையில் இருக்கவே பிடிக்காமல் போகுமளவுக்குத் தூங்குவான்.

பிறகு அவன் திருமணம் செய்து கொண்டான். அவன் மனைவி வீரோ ஒரு எளிமையான குடும்பப் பெண். அவளது கணவன் திருமணத்திற்குப் பிறகும் கூட தன் வாழ்க்கை முறையை மாற்றிக் கொள்ளவே இல்லை. அவன் அவள் எழுவதற்கு முன் வேலைக்குச் சென்று அக்கம்பக்கத்து வீட்டுப் பெண்மணிகள் தம் கணவருடன் மாலை கடைக்குச் சென்று திரும்பிய பிறகுதான் வீட்டிற்கு வருவான்.

வீரோ தனக்கு ஒரு குழந்தை பிறந்த பிறகு எல்லாம் மாறிவிடும் என்று நம்பினாள். குழந்தையுடன் விளையாடுவதற்காக அவன் சற்றுநேரம் வீட்டில் தங்குவான் என்று நம்பினாள்.

வீரோவிற்கு ஒரு ஆண்குழந்தை பிறந்தது. ஆனால் அவளது கணவனின் அன்றாடப் பழக்கத்தில் மாறுதல் ஏதும் இல்லை. அவனுக்கு வேலை இல்லாதபோது கூட அரட்டை அடிப்பதற்காக அண்டை வீடுகளுக்கோ, ஆலமரத்தின் கீழே சீட்டு விளையாடவோ போய்விடுவான்.

காலையில் அவள் குழந்தை இன்னும் தூங்கிக்கொண்டு இருக்கும்போதே, அவன் பக்கத்து பக்கத்து வீட்டுப் பெண்ணின் கணவன் செய்வதுபோல பக்கத்தில் இருக்கும் நகரசபைப் பூங்காவிற்கு உலாவ அழைத்துப் போக வேண்டும் என்று விரும்பினாள். மாலையில் குழந்தைக்கு மைதீட்டி, நல்ல

சட்டைகள் போட்டு வைப்பாள். ஆனால் அந்தக் குழந்தையின் அழகையும். வேடிக்கையையும் பார்க்க அவன் நேரத்திற்குத் திரும்ப மாட்டான்.

ஒருநாள் மாலை, பௌர்ணமிக்கு முதல் நாள், அக்கம் பக்கத்துப் பெண்மணிகள் கோயிலுக்குப் போகத் தயாராவதை வீரோ பார்த்தாள். அவள் இரவில் கணவனிடம் கேட்டாள்: "நாமும் ஏன் நாளை காலையில் குருத்வாராவுக்குப் போகக்கூடாது..." "கடவுளிடம் மழையை வரவழைக்கச் சொல். நாம் குருத்வாராவுக்குப் போய் வரலாம்" என்று பதிலுக்கு முணுமுணுத்துவிட்டு, தூக்கத்தில் ஆழ்ந்துபோனான்.

வீரோ, மேலே இருந்த கருநீலவானத்தைப் பார்த்துப் பிரார்த்தித்தாள்: 'இறைவா இன்று மழை பெய்யட்டும்... நாளை நான் குருத்வாராவுக்குப் போக வேண்டும். என் கணவனும், குழந்தையும் கூட வரவேண்டும்."

அன்று இரவு மழை பெய்தது.

மறுநாள் காலை குடும்பம் குருத்வாராவுக்குச் சென்றது. வரும் போது சந்தையில் நிறைய தட்டுமுட்டுச் சாமான்கள் வாங்கிக் கொண்டு, நகரசபைப் பூங்காவிற்குப் போய் வந்தார்கள்.

அன்று மாலை குழந்தை அப்பாவின் வயிற்றின் மீது உட்கார்ந்து விளையாடியது. அவர்கள் இருவரும் பேசிக்கொண்டும் சிரித்துக் கொண்டும் காலம் கழித்தார்கள். அவர்கள் வீட்டு ஜன்னலில் அதிகாலை வரை விளக்கு எரிந்தது. விளக்கின் திரி எரிந்து தானே அணைந்து போகும் வரை எரிந்தது.

ஒருமுறை அவள் பிரார்த்தனைக்கு இசைந்த கடவுளும் அதன்பிறகு மழையைப் பற்றியே மறந்துபோய்விட்டார். வீரோ கொஞ்சநாளாகத் தாங்கள் அனுபவித்த அந்த விடுமுறை நாளைப்பற்றியே நினைத்தபடி செலவழித்தாள். மீண்டும் வாழ்க்கை சலிப்படைந்தது. அவள் தன் வீட்டை வெறுக்கத் தொடங்கினாள். அக்கம்பக்கத்தினரைப் பார்த்து பொறாமைப்பட்டாள். மழைக்காக பிரார்த்தனை செய்தாள். ஆனால் மழையில்லை.

ஒருமாதம் கழிந்துவிட்டது. அடுத்த பௌர்ணமி நாள் வந்தது. அக்கம்பக்கத்தினர் ஆவலுடன் மகிழ்ச்சியில் துள்ளினார்கள். பெண்கள் தங்கள் துப்பட்டாக்களில் பலவித வண்ணங்களில் அச்சு பதித்தார்கள். ஆண்கள் தாடிகளை அழுத்திவிட்டு, மீசைகளை முறுக்கிவிட்டனர். அவர்கள் குருத்வாராவிலும். சந்தையிலும் கழிக்கப்போகும் நாளைத்திட்டமிடுவதை வீரோ கேள்விப்பட்டாள்.

மறுநாள் இரவு, களைத்த, தூக்கக் கலக்கம் மிகுந்த தன் கணவனிடம் பௌர்ணமியைப் பற்றிக் கேட்டாள். ‘கடவுளிடம் மழையைப்பற்றி வேண்டிக்கொள். நாமும் குருத்வாரா போகலாம்.” அவன் பதில் சொல்லிவிட்டுத் தூங்கிவிட்டான்.

வீரோ தன் படுக்கையில் அமர்ந்து வேகமாகக் கிசுகிசுத் தாள். “ஓ இறைவனே, மழை வரட்டும். இறைவனே மழை வரட்டும். அவள் இறைவனைக் கும்பிட்ட கரங்களுடனேயே தூங்கிவிட்டாள். நடு இரவில் இடிமுழக்கம் அவளை எழுப்பியது. மின்னல் மின்னியது; மழை பொழிந்தது.

மறுநாள் அதிகாலையிலேயே குடும்பம் தன் நன்றியைத் தெரிவிக்க குருத்வாரா போனது. வரும் வழியில் சந்தை. நகரசபைப் பூங்கா, நகரத்தில் இருக்கும் உறவினர்களையெல்லாம் பார்த்து வந்தனர். அன்றைய நாள் மகிழ்ச்சியுடன் கழிந்தது.

வீரோ தன் துப்பட்டாவிற்கு ஓரச் சரிகை வாங்கவேண்டும் என்று நினைத்திருந்தாள். அது அவள் திரும்பிவந்த பிறகுதான் நினைவுக்கு வந்தது. கடை மிகத்தொலைவில் இருந்தது. அவள் குழந்தை களைப்பாகவும் எரிச்சலாகவும் இருந்தது. மீண்டும் செல்வதற்கே அதிக நேரமாகிவிட்டது. ஆனாலும் அவளால் அந்த ஓரச் சரிகையை மறக்கமுடியவில்லை. தூங்குவதற்கு முன்னால் அவள் வேண்டினாள். “அன்பான இறைவனே, மீண்டும் ஒரே ஒருமுறை.” அவளுக்குத் தன்னைப்பற்றியே வெட்கமாக இருந்தது. கோயில் பூசாரியிடம் மீண்டும் ஒரு முறை தீர்த்தம் கேட்பதுபோல இருந்தது அது. இரவு முழுவதும் கெட்ட கனவுகளுடன் அவள் படுக்கையில் புரண்டு கொண்டிருந்தாள்.

பெரிய பாலைவனம் ஒன்றில் தாகத்துடன் அலைவது போலவும், மலைச்சரிவு ஒன்றில் விழுவது போலவும் கனவு கண்டாள்.

காலை நேரத்துச் சாம்பல் வெளிச்சம் இருட்டை விரட்டிக் கொண்டிருந்த அதிகாலையில், மகனின் அழுகை ஒலி அவளை எழுப்பியது. கண்களை அழுத்தித் தேய்த்துக் கொண்டாள். மழை பெய்து கொண்டு இருந்தது.

வீரோ பயந்து போனாள். அவள் பயத்தால் நடுங்கிக் கொண்டு ஜன்னலில் நின்று மழையைப் பார்த்துக் கொண்டிருந்தாள்.

அவள் பயத்தை உதறி எறிந்துவிட்டு குருத்துவாராவுக்குத் தயாரானாள். குடும்பம் மீண்டும் வெளியே சென்றது. அவள் தனது சரிகைக்கரையை வாங்கினாள். மேலும் பத்து ரூபாயைச் சந்தையில் செலவழித்தாள்.

பகலில், அவள் சகோதரியும் சகோதரி கணவரும் வந்தனர். மழை நிற்காமல் பெய்ததால் அவர்கள் அன்றைய நாளும், மறுநாளும், இரவும் தங்கவேண்டியதாகி விட்டது. அவள் தங்கை கணவன் எதிர்ப்பாக இருந்தான். அவன் தன் கிராமத்திற்கு ரயிலைப் பிடிக்க விரும்பினான். ஆனால் மழை தொடர்ந்து பெய்தது.

வீரோவிற்கு தான் மழையை நிற்கச் சொன்னால் அது நிற்கும் என்று தோன்றியது. அவள் ஒரு சொல் சொல்ல வேண்டியது தான், வானமும், மேகங்களும் கலைந்து சுத்தமாகிவிடும்,

அவளது விருந்தாளிகள் அதிகம் கவலைப்படப்பட அவள் அதிகத் தன்னம்பிக்கை உடையவளானாள். அவர்கள் பதினொரு மணி ரயிலைப் பிடிக்க வேண்டும். ஆனால் இப்போதே மணி ஒன்பது ஆகிவிட்டது. அவர்கள் கவலை காரணமில்லாமல் இல்லை.

அந்த நிலையைக் கண்ட வீரோ அலட்சியமாகச் சொன்னாள். “பத்து மணிக்கு மழை நின்றுவிடும். நீங்கள் போகலாம்.” சரியாகப் பத்து மணிக்கு மழை நின்றது. விருந்தாளிகள்

புறப்படப்போவது பற்றியும், தற்செயலாக மழை நின்றது பற்றியும் மகிழ்ச்சி அடைந்தனர். வீரோவின் கணவன் இவற்றில் எதையும் கண்டுகொள்ளவில்லை. ஆனால் வீரோவின் மனதிலிருந்து இதை அகற்றவே முடியவில்லை.

அவள் தனது அன்றாட வேலைகளைச் செய்துகொண்டிருந்த போதும், வெளிஇடத்தைப் பெருக்கிய போதும், கணவனின் துணிகளைத் துவைத்தபோதும் சற்று நிற்பாள்.

அவள் அழைத்தவுடன் மழை வந்தது பற்றியும் சொன்னவுடன் நின்றது பற்றியும் யோசிப்பாள், அவளுக்கு அவள் மேலேயே மகிழ்ச்சியாக இருந்தது. ஜன்னல் அருகில் நின்று வானத்தைப் பார்த்துப் புன்னகைத்துக் கொண்டு மணிக்கணக்கில் நிற்பாள். வானம் அவளுக்குப் பதில் புன்னகை கொடுப்பதாக உணர்ந்தாள். அவள் வாழ்க்கையின் மீது அதிக மகிழ்ச்சி உண்டாயிற்று.

வானத்தைப் பார்த்து வீரோ பேசும் மௌனமான பேச்சில் ஒன்றே ஒன்று குறுக்கிட்டது. அது பக்கத்து வீட்டுக்காரர்களின் புதிய வானொலிப்பெட்டி... காலை. பகல், மாலை என்று இடைவெளி இல்லாமல் அது அலறியது. அவள் தன் காதை விரல்களால் மூட முயற்சித்தாள். பஞ்சைக் காதில் அடைத்துக் கொள்ளப் பார்த்தாள். ஆனால் மறைவாக உள்ளே புகுந்த வானொலி சத்தத்திலிருந்து தப்பவே முடியவில்லை. அது அவள் காதை மட்டும் துளைக்கவில்லை. மூளையின் உள்ளேயும் நுழைந்தது. அது அவளது மொத்த உள்ளுக்குள்ளும் பரவியது.

சில நாள்களுக்குப் பிறகு வீரோ வானொலியைக் கேட்கத் தொடங்கியது மட்டுமல்ல, வானொலி இசையை அனுபவிக்கவும் தொடங்கிவிட்டாள். அவளுக்குள்ளே பாடவும் கூட முடியும். அவள் குழந்தை கூட தன் மழலை மொழியில் வானொலிப் பாடல்களை முணுமுணுக்கத் தொடங்கினான். பால்காரன், மளிகைக்காரன், பெருக்கும் பெண்மணி அனைவரும் வானொலிப் பாடல்களை வேலைகளைச் செய்யும்போது கூட பாடினார்கள்.

ஒரு நாள் வீரோ பக்கத்து வீட்டில் வானொலி கேட்டுக் கொண்டிருந்தாள். பாட்டுக்குப் பிறகு ஒரு குரல் அறிவித்தது. சில இடங்களில் மழை பெய்யும் என்று அறிவித்தது. சில வேளைகளில் இடியும், மின்னலும், சூறாவளியும் இருக்கலாம் என்று அறிவித்தது.

அந்த வானொலி அறிவிப்பு வீரோவின் முகத்தில் அறைவது போலிருந்தது. மழை வரும் அல்லது வராது என்பதை எப்படி வானொலி சொல்ல முடியும்? முடியவே முடியாது!

அன்று இரவு இடியோசை கேட்டுக் கண் விழித்தாள். மழை பொழிந்து கொண்டிருந்தது. கூடவே சூறாவளி யும் வந்தது. வீரோவினால் அதன் பிறகு தூங்கவே முடியவில்லை. மீண்டும் பௌர்ணமி நாள் வந்தபோது வீரோ மழைக் காகப் பிரார்த்தித்தாள். பலிகள் கொடுப்பதாக வாக்குறுதி கள் கொடுத்தாள். சுத்தமான நீலவானிலிருந்து ஒரு துளி மழை கூட விழவில்லை. வெறும் நட்சத்திரங்கள் கண்சிமிட்டின. நிலாசிரித்தது. வானொலி சொன்னது வரட்சியான நிலைமை நீடிக்கும் என்று.

ஒவ்வொரு நாளும் வரட்சியான நிலைமை நீடிக்கும் என்று வானொலி சோதிடம் சொன்னது.

இன்னொரு பௌர்ணமி இரவும் வந்தது. இந்தமுறை வீரோ விரதம் இருந்து, எப்போதைக்காட்டிலும் இன்னும் வேகமாகப் பிரார்த்தித்தாள். பலன் கிடைக்கவில்லை.

அக்கம்பக்கத்தினர் பேசிக்கொண்டும், சிரித்துக் கொண்டும் குருத்வாராவுக்குப் போனார்கள். அவள் கணவன் கிழக்கில் சாம்பல் வெளிச்சம் வருவதற்கு முன் னரே வேலைக்குப் போனான்.

அவள் தன் முகத்தைத் திருப்பி, நட்சத்திரங்கள் மின்னும் வானத்தைப் பார்த்து வெறுப்புடன் கேட்டாள். சனியனே, உனக்கு இப்போது என்ன வந்தது?”

★

**பிரிட்டீஷ் நந்தி / ஆங்கிலம்**

## மீண்டும்

நீ
நான் காதலித்த முதல் பெண் அல்ல.
நானும்
நீ காதலித்த முதல் ஆண் அல்ல.
இருப்பினும்
நாம் முதன் முதலில் காதல் புரிந்தபோது
குற்ற உணர்வில்லாத காட்சியில்
நம்கைகள் பின்னிப் பிணைந்து கிடந்தபோது
உடல்கள் நடுங்கின.

என் உலோகக் கைக்கடிகாரச் சங்கிலியில்
உன் கூந்தல் மாட்டியது
உடைந்த பாடல்களின்
வெறி பிடித்த காட்டில்
முதல் நியான் சூரியன்
மெதுவே நுழைவது போல
நான் உனக்குள்
மிருதுவாக நுழைந்த போது
சவர நறுமணத் தைலம் பூசிய

என் பக்கத்தில்
உன் குறிதவறிய காமம்.

அறிமுகமில்லாத ஒரு நகரத்தின்
விடுதி அறையின் தரைக் கம்பளத்தின் மீது
உனது கறுப்பு ஜீன்ஸ்
எனது கறுப்பு பாம்புத்தோல் பெல்ட்டின்
பக்கத்தில் கிடக்க

இருட்டினால் சட்டம் போடப்பட்ட
நிலையான படத்தில் இருப்பதுபோல
உனது ஆரஞ்சு வண்ணப்பட்டுச் சட்டை
கட்டிலின் மீது நெருப்பாய்த் தகிக்க
நீ

என்னைச் சுற்றிலும்
ஈரப்பதத்துடன்
ஆனால் அஞ்சாமல்.

காதல் என்பது
நாம் அன்றைய இரவு உணர்ந்தது தான்.
உனது மாடி வீட்டை நான் அடைந்து
மீண்டும் லிஃப்டைப் பிடிக்கும் முன்னால்
உன்னிடம் விடைபெறும்போது
காலம் என்ற ஒன்றைக் கடந்த அந்த கணத்தில்
நாம்
அந்த முத்தத்தைப் பகிர்ந்து கொண்டோம்.

ஏனெனில்
நீ
நான் இழந்த முதல் பெண் அல்ல.
நானும்
நீ இழந்த முதல் ஆண் அல்ல.

★

## ராஜேஷ் ஜோஷி / இந்தி

# விடுதலை

'விடுதலை'
என்று சொன்னது மரம்
பூமியைத் திறந்து கொண்டு
வெளிப்படையான காற்றுக்கு வந்தது.

'விடுதலை'
என்று சொன்னது பறவை
சிறகுகளை விரித்து
வானத்தில் நுழைந்தது.

'விடுதலை'
என்று நாம் சொன்னோம்
போர் தொடங்கிவிட்டது
(நாம் மனிதர்கள்).

★

**செரபண்டராஜு / தெலுங்கு**

## தூக்குக்கயிறு

*அவன் கூலிக்காகப் போராடியபோது*
*அவர்கள்*
*அவனை நக்சலைட் என்று கூறி*
*கொலை செய்தார்கள்*

*என் துயரங்களைப் பாறைகளிடம் முறையிடட்டுமா?*
*அல்லது நானே ஒரு பாறையாக மாறிவிடட்டுமா?*

*அவர்கள் சொல்கிறார்கள்*
*பள்ளிக்கூடம் சென்றால் வாழ்க்கை உயரும் என்று;*
*என் மகன் பள்ளிக்குச் சென்றுவிட்டால்*
*எங்களுக்குச் சோறு போடுபவர் யார்?*

*என் துயரங்களைப் பாறைகளிடம் முறையிடட்டுமா?*
*அல்லது நானே ஒரு பாறையாக மாறிவிடட்டுமா?*

*மொத்தக் குடும்பமும்*
*நாள்தொறும் முதுகொடிய உழைத்தாலும்*
*நாளைக்கு எங்களுக்குக் கஞ்சி இல்லை*

*என் துயரங்களைப் பாறைகளிடம் முறையிடட்டுமா?*
*அல்லது நானே ஒரு பாறையாக மாறிவிடட்டுமா?*
*அவர்கள் சொல்கிறார்கள்*

கடன் ஆபத்தானது என்று;
தவறானது, பாவகரமானது என்று.

ஆனால் நாங்கள்
கடனில் விழாவிட்டால்
எங்களுக்கு சூரியன் உதிக்கப் போவதில்லை.

என் துயரங்களைப் பாறைகளிடம் முறையிடட்டுமா?
அல்லது நானே ஒரு பாறையாக மாறிவிடட்டுமா?

மழை அடித்தால்
எங்கள் குடிசைகள் குளமாகிப் போகின்றன.
பாம்பும், தவளையும்
எங்கள் படுக்கை அறை நண்பர்கள் ஆகின்றன.

என் துயரங்களைப் பாறைகளிடம் முறையிடட்டுமா?
அல்லது நானே ஒரு பாறையாக மாறிவிடட்டுமா?

மகள் வயதுக்கு வந்து
வீட்டில் இருக்கிறாள்
முதலாளி கொடுக்கிறார்
சேலையும் ரவிக்கையும்
எங்கள் துயரங்களைப் பாறைகளிடம் முறையிடட்டுமா?
அல்லது நானே பாறையாக மாறிவிடட்டுமா?

பாயும் ஆற்றில்
குதித்து விடட்டுமா?
அல்லது
நானே ஒரு பாயும் ஆறாக மாறிவிடட்டுமா?

என்னை நானே
தூக்கிலிட்டுக் கொள்ளட்டுமா?
அல்லது
நானே ஒரு
தூக்குக் கயிறாக மாறிவிடட்டுமா?

★

## மோதிலால் ஜாட்வானி / சிந்தி

# செலவழித்த புன்னகைகள்

நான் எல்லோரிடமும் புன்னகை செய்கிறேன்.
குறிப்பாக மளிகைக் கடைக்காரனிடம்
பொருள்களை அவன் நிறுக்கும் போது
எனக்குச் சாதகமாக
ஒரு சிறு சாய்வு ஏற்படுத்துவான் என்பதற்காக
புன்னகைக்கிறேன்.

எனது அன்றாடத் தேவைகளின் விலை
இப்போது மிகவும் கூடிவிட்டது.
காய்கறி வியாபாரியிடம் கூட
நான் புன்னகைக்கிறேன்
என்னுடையதைப் போன்ற
குறைந்த தேவைக்கு
அவன் அதிக விலை போட மாட்டான் என்று.

மாலை நேரத்திற்குள்
உதவிகள் வேண்டி
என் புன்னகை அனைத்தையும் செலவழித்து
விட்டேன்.
என் கைவசம்
புன்னகை ஏதும் இல்லை
- வீட்டிற்குக் கொண்டு செல்ல

★

**சையத் அப்துல் மாலிக் / அஸ்ஸாமி**

## விபச்சாரிப் பிள்ளைகள்

இந்த உலகைப் புரிந்து கொள்ள
முப்பத்தைந்து ஆண்டுகளாக முயற்சிக்கிறேன்
ஒரு கவிஞன் கனவு காண்பதற்கு முன்னரே
இந்த உலகம் இருந்தது.
முடியரசர்களின்
பிறர்மனை நுகரும் விளையாட்டரங்கமாயும்
இன்று போலவே
கோபக் கனல்பட்டு சாம்பலாகிப்போன
என் போன்ற போராளிகளின்
வயல்களாகவும் இருந்தது.
அது நானாக இல்லை.
'சுதர்சன'க் காற்று சக்கரத்தினுள்
தூங்கும்
ஒரு அணுகுண்டாக இருந்தது.
இந்த பூமி மலடி அல்ல.
அவள் மிகவும் செழிப்பானவளும் கூட
அவள் வயிற்றினுள்
புதிய தந்தையரின்
கோடிக் கணக்கான ஆசிகள்.

நாம்
இந்த பூமியின் விபச்சாரிப் பிள்ளைகள்
வேண்டப்படாத
ஆனால்
தவிர்க்க முடியாத
விபச்சாரிப் பிள்ளைகள்

**கமலாதாஸ் / ஆங்கிலம்**

## கொடி

ஆரஞ்சு வண்ணம் -
நெருப்பின் சின்னமாய் -
முடிவில் நம் அனைவரையும் தின்னும்
நெருப்பின் சின்னமாய்...

வெண்மை -
நம் கனவில் மட்டுமே தோன்றி
வேறெப்போதும் காணமுடியாமல் போகும்
தூய்மையின் சின்னமாய்...

பச்சை வண்ணம் -
ஏழைகளுக்கும் ஓர் இடமிருக்கும்
சொர்க்கத்தின் புல்வெளிகளுக்காய்
நிற்கிறது.

நடுவில் இருக்கும் சக்கரம்
சுற்றாமல் நிலைத்துப் போய்

மனிதக் கரங்களால்
செயற்கையாய் நிறுத்தப்பட்டு
காலத்தை அல்லாமல் வேறு எதைக் காட்டும்?

கொடியே, பார்
உனக்குக் கீழே
தேய்ந்து, மெலிந்த கை, கால்களுடன்

நகரும் நகரத்தை...
இருப்பினும் அதன் அலங்கரிப்புதான்
என்னமாய்ப் பளபளக்கிறது!

நியான் விளக்குகளின்
கண் சிமிட்டல்
பாழான இடையை ஆட்டி
நடக்கிறார்கள் விபச்சாரிகள்.

மாற்றான் மனைவியரோடு நடனமாடி
இழந்த ரகசியமான மகிழ்ச்சியை
உரத்து வெளிப்படுத்துகிறார்கள் பணக்காரர்கள்
ஈரமான நடைபாதைகளில்
நுரையீரல் வெடிக்க இருமிக் கொண்டிருக்கிறார்கள்
ஏழைக் கிழவர்கள்
இன்னமும் காற்றில்
மதுவின் நெடியும்
கேளிக்கை இசையும், சமையல் மணமும்.

உன் பெருமை போய் விட்டது.
இது
வானத்தைவிட்டு நீ கீழே விழவேண்டிய நேரம்.
கீழே விழுந்து
குருதி தோய்ந்த இந்திய மண்ணில்
உன் வெட்கத்தை மறைத்துக் கொள்.
அங்கேயே கிடந்து அழுகிப்போ
பசியினால் இறந்துபோய்
புதைக்கப்பட்டு அழுகிப்போகும்

ஏழைக் குழந்தைகளைப் போல்
நீயும் அழுகிப் போ.

என் அருமைக் கொடியே
உன் எழிலுக்கு
விடை கொடுக்க வேண்டிய நேரம் இது.

உன் பழமையான
பொருளற்ற கர்வத்துக்கு
அசிங்கமான
கௌரவமான காட்சிகளுக்கு
உன் வண்ணங்கள் சொல்லும் பொய்களுக்கு
நீ கொடுக்கும் வீணான நம்பிக்கைகளுக்கு
நீல வானில்
உன் சாவின் நடனத்துக்கு
விடை கொடுக்கும்
நேரம் இது.

### முராரி முகோபாத்யாயா / வங்காளி

## நிலவாக இருக்காதே

என்மீதான உனது காதலுக்காக
ஒரு நிலவாக இருக்காதே
உன்னால் முடியுமானால்
ஒரு சூரியனாக இரு.
நீ தேக்கிவைத்திருக்கும் கனவிலிருந்து
வெப்பத்தைப் பெற்று
இருண்ட காட்டை எரிக்கிறேன்.

என் மீதான உனது காதலுக்காக
ஒரு சிற்றாறாக இருக்காதே
உன்னால் முடியுமானால்
ஒருவெள்ளமாக இரு.
உனது வலிமையான பெருக்கால்
கரை தட்டிப்போன கவலைகளை
அடித்துச் செல்கிறேன்.

எனக்கான உனது காதலுக்காக
ஒரு மலராக இருக்காதே
உன்னால் முடியுமானால்
ஒரு இடியாக இரு.

அதன் முழக்கத்தை என் மார்பில் தாங்கி
போர்க்குரலை எல்லாத்திசைகளிலும்
செலுத்துகிறேன்

எனக்கான உனது காதலுக்காக
ஒரு பறவையாக இருக்காதே
உன்னால் முடியுமானால்
ஒரு சூறைக்காற்றாக இரு.
அதன் வேகத்தை என் இதயத்தில் தாங்கி
சுரண்டலின் மேல் கட்டப்பட்ட
மாளிகையைச் சாய்ப்பேன்

நிலவும், ஆறும்,
மலரும். நட்சத்திரமும், பறவையும்
கொஞ்ச நாள் வரை தள்ளிவைக்கப்படட்டும்
துயரம் தரும் இந்த இருளில்
இறுதிப்போர் இன்னமும் நடைபெறவில்லை
நம் எளிய குடிசையில்
நமக்குத் தேவைப்படுவதெல்லாம்
நெருப்பு, நெருப்பு, நெருப்பு.

★

## அருண் கோலாட்கர் / மராத்தி

# மரணத்தின் பக்கத்து அறை

வழிதவறிய நகரமொன்றின் விடுதியில்
மரணத்துக்குப் பக்கத்தில் ஓர் அறை...
சுவரில் இருக்கும் பல்லி
என் ஜாதகத்தை எடுத்து வீசும்.

வழிதவறிய நகரமொன்றின் விடுதியின்
மகிழ்ச்சியற்ற அறையின்
கசப்பான கேலிச் சிரிப்பு சிரிக்கும்
மூலையொன்றில் இருக்கும் சிலந்தி
சுயமைதுனத்துக்குச் சாட்சியாய் நிற்கும்.

அங்கே
முடிந்த அளவுக்கு மேயும் வகையில்
கட்டப்படுவதற்காக
நான் காத்திருக்கிறேன்.

எனது காற்செருப்பு ஓசை கேட்டவுடன்
கதவுகள் தானாகத் திறந்து கொள்ளும்.

வழிதவறிய நகரமொன்றின் விடுதியில்
மெலிந்த, பசித்த
அந்த அறையில்
என்னையே போன்ற மனிதக் குரங்கை
நான்
வெடி வைத்துத் தகர்க்கப் போகிறேன்.

★

## பினோத் நாயக் / ஒரியா

# ஊமைச் சதங்கை

அழகின் ஆற்றங்கரையில்
நான் ஒரு பாடல்களின் காடு;
மொட்டவிழ்க்கும் கசா மலர்களின் பாடல்.
முத்தத்திற்குப் பிறகு உதடு தரிக்கும் நிறத்தை
என் மீது பூசு.

நான்
ஆழ்கடலின் அடியில் ஒளிந்திருக்கும்
ஒரு மாசற்ற முத்து.
உன் நீல விழி இமைகளின் நிழலில்
என்னை மறைத்துக்கொள்.

நான்
வெளிச்சத்திலிருந்து விலகிப்போன
ஒரு மின்மினிப் பூச்சி.
உன் அணைப்பின் நிழலை எனக்குக் கொடு

நான்
நடனமாடும் உன் பாதங்களிலிருந்து விழுந்த
ஓர் ஊமைச் சதங்கை
உன்னுடையது அல்ல என்று
ஒதுக்கி விடாதே.

★

**உமாஷங்கர் ஜோஷி / குஜராத்தி**

# ஆலமரம்

இந்தியா
அடர்ந்த கூந்தலைப்போல்
இலைகள் நெருங்கிய
ஓர் ஆலமரம்.

மேடுபள்ளங்களுடன் அதன் உடல்
காலத்தை எதிர்த்து நிமிர்ந்து நிற்கிறது,
அதன் அடிமரம் எது?
விழுதுகளாக இருந்து
அடி மரமாக மாறியவை எவை?

காலடியில் எறும்புப்புற்றுக்கள்
பாம்புகளின் சீறல் ஒலிகளுடன் பெருமூச்சுயிர்க்கும்.

மிருகங்கள்
வன்முறையின் உச்சத்தில்
ஒன்றை ஒன்று சிதைத்துக் கொள்ளும்.
லாடக்கால்கள்
எளிய கீழ்த்தட்டு உயிர்களை

மிதித்துப் புழுதியாக்கும்.
பழைய வேர்களைக் கரையான்கள் அரிக்கும்.

இருப்பினும்
மரத்தினுள் ஜீவரசம்
தொலை தூரத்துச் சுள்ளிகளையும் தொடும் வகையில்
எழுந்து
சூரிய ஒளிக்குச் சைகை காட்டும்படி
தளிர்களாகச் சிரிக்கச் செய்யும்.

பறவைகளைக் கிளைகளுக்கு வரவேற்று
உண்மையின் சொந்த ராகங்களை
காலத்தை வெல்லும் வகையில்
இசைக்கச் செய்யும்.

வெளிப்படையாகப் பொறுத்துக்கொண்டு
விமர்சனங்கள் ஏதுமின்றி
இந்தியா நிற்கிறது.

★

## விஸ்வநாத் த்ரிபாதி / வங்காளி

# நீராவி

எனது தந்தையோ -
வெற்றி கொள்ளப்பட்ட எவரெஸ்ட்.

தாயோ -
தேவை எனும் பாம்பு தீண்டி
விஷமாகி விட்ட பாற்கடல்.

என் சகோதரனோ
கோவேறு கழுதையாய்
சுமை சுமக்கும் புலிக் குட்டி.

என் சகோதரியோ -
கோணியினால் செய்யப்பட்ட
பொம்மை.

நானோ -
நீராவியாக
வெறும் நீராவியாக மட்டுமே
போக வேண்டுமென்று
தலைவிதி கொண்ட
அடுப்பில் கொதிக்கும் வெந்நீர்.

★

**பிரபாகர் மாச்வே / ஆங்கிலம்**

# இந்தியக் கவிதை – ஒரு வரலாற்றுப் பார்வை

*விடுதலைக்குப்பின் வந்த கவிதையின் ஒரு வெளிப்படையான போக்கு என்னவென்றால், கவிஞர்கள் பழைய இந்தியக் காவியங்களின் பின்னால் போக விரும்பியது தான்.*

*இந்த எனது கூற்றைப் பல மொழிகளில் வெளிவந்த சில தலைப்புகளே நியாயப்படுத்திவிடும்: சாவித்திரி (அரவிந்தர் - ஆங்கிலம்), ஜெய்பாரத் (மைதிலி ஷரன் குப்தா - இந்தி), ஊர்வசி (தின்கர்), ராமாயண கல்பதரு (விஸ்வநாதா), கீதாராமாயணா (மட்குங்கர்) கவிதை நாடகங்களான அந்தாயிக் (தர்வீமர் பாரதி), தபசி ஓதரங்கிணி(புத்த தேவா போஸ்) போன்றவைகூட புராணக் கருத்துகளையும், கருக்களையும் சார்ந்தவையாக உள்ளன.*

*இவர்கள் தவிர வேறு சிலர், புராணக் கதைகளிலிருந்து உணர்ச்சி வேகம் பெற்று, அதை இன்றைய கால கட்டத்துடன் பொருந்துமாறு செய்ய முயன்றனர். பரசுராம் கிப்ரதிஷா (பரசுராமனின் சபதம்) எழுதிய தின்கரும், புராண வரலாற்றுக் கருக்களை வைத்து எழுதிய சம்ஸ்கிருதக் கவிஞர்களும் பழமையைப் புதுப்பிக்கவோ அல்லது பழமைக்குப் புதிய உயிர் கொடுக்கவோ முயன்றனர். பழமையைப் புகழும் போக்கு*

தொடங்கியது. இதுபோன்ற கவிஞர்களுக்குப் பழமை பொன் போன்றது.

ஆனால், இதைக் காட்டிலும் நவீனத்துவமாக, பகுத்தறிவுத் தனமாகப் பழமையைப் பயன்படுத்தும் வேறொரு போக்கும் இருந்தது. இங்கு பழமை ஒரு சாய்மானம், ஒரு உந்துவிசை, ஒரு கிரியா ஊக்கி மட்டுமே. சில கவிஞர்களின் இத்தகைய புத்திசாலித் தனத்துடன் பயன்படுத்தும் முயற்சிகள் பழமையை மேலும் மனிதத் தன்மை உடையதாகவும், உளவியல் புரிதலுடன் கூடியதாகவும், நிகழ்காலத்துடன் சம்பந்தப்பட்டதாகவும் செய்தது. பச்சன் இந்தியில் சிசிபஸ்ஸம் அனுமானும் எழுதிய போதும். சிவ்குமார் பஞ்சாபியில் 'லூனா' எழுதிய போதும், எம். கோவிந்தன் மலையாளத்தில் 'மேனகா' எழுதியபோதும், உமாஷங்கர் ஜோஷி குஜராத்தியில் 'திரௌபதி' எழுதியபோதும் பழமை ஒரு நிகழ்காலத் தன்மையுடன் கூடியதாக மாறியது. வரலாற்றிலிருந்து முற்றிலும் உடைத்துக்கொண்டு போக விரும்பிய புரட்சியான. கோபங் கொண்ட (பசி கொண்ட) இளைய தலைமுறைக் கவிஞர்களிடம் மேற்குறிப்பிட்ட பழமைக்குத் திரும்பிப் போகும் போக்குக்கு முற்றிலும் எதிரான போக்குகள் இருந்தன. 'அ- கவிதா' இயக்கத்தைச் சேர்ந்த ஓர் இளைய இந்திக் கவிஞர் தன் கவிதைத் தொகுப்பை 'இதிஹாச ஹண்ட்டா' (வரலாற்றைச் சாகடிப்பவன் - ஜக்திஷ் சதுர்வேதி) என்று அழைத்தார். வங்காளத்தில் 'பசிக்கும் தலைமுறைக்" கவிஞர்கள் (மலே ராய் சௌத்திரி சக்தி சட்டோபாத்யாயா, சபிமால் பசாக்) அல்லது தெலுங்கில் 'திகம்பா கவிகள்' (நாகமுனி, ஜ்வாலமுகி, சொப்பண்டராஜூ, மராத்தியில் 'ஆசோ கவிஞர்கள் (அசோக் ஹஹானே, அருண்கோலாட்கர், சந்திர காந்த் கோட்), குஜராத்தியில் 'ரிமாத்' கவிஞர்கள் (லபா சங்கர், அடில் மன்சூரி) ஆகியோரும் இதேபோன்றுதான் உணர்ந்தனர்.

இந்த இளம் கவிஞர்கள், மரபிற்கு முற்றிலும் உட்படாத வர்களும், அந்நியர்களும் ஆவர். இவர்கள் அநாதைகளாகவும் கவனிக்கப்படாத குழந்தைகளாகவும் தங்களை உணர்ந்தனர். இவர்களில் சிலர் வயது முதிர்ந்தவர்களின் கவனத்தை எப்படியும்

கவர்ந்தே தீருவது என்று இருந்தனர். வயது முதிர்ந்தவர்களோ, இவர்கள் எல்லாவற்றையும் வெளிக்காட்டுகின்றவர்கள் என்று குற்றம் சாட்டினர்.

ரொமாண்டிக் பனிமூட்டத்திலிருந்து விடுதலை அடைந்த இந்தப்போக்கு நாற்பதுகளில் வந்தது. இந்த நாள்களில்தான் எழுத்தாளர்கள் இரவோடிரவாக போராளிகளாக மாறினார்கள். பாசிசத்திற்கு எதிரான கவிஞர்கள், தங்கள் எழுத்துக்களை ஒரே செங்கொடியின்கீழ் தொகுத்தனர். இந்த இயக்கத்தினால் சக்திமிக்க பல மக்கள் கவிஞர்கள் தோன்றினார்கள். இத்தகைய புரட்சிப் பருந்துகளில் இன்றைக்கு வாழும் கவிஞர்களில் சிலரைச் சொல்லவேண்டுமானால் சிவமங்கல் சிங் சுமன் (இந்தி) குசமகராஜ் அல்லது அனில் (மராத்தி), அரிசர்தார் ஜாஃப்ரி அல்லது ஜோஷ் மலிஹாபதி (உருது) ஸ்ரீ ஸ்ரீ (தெலுங்கு) ஆகியோரைச் சொல்லலாம்.

இவை விடுதலைக்கு முந்திய நாள்களில் ஒரு சமச்சீரான கவிதை வளர்ச்சி பரவி இருக்கவில்லை என்பதையே காட்டுகின்றன.

நவீனத்துவமான கவிதையின் எதிர்காலம் இருண்டு சோகமானதாகத் தெரிகிறது.

முதலாவதாக யாரும் கவிதையை மட்டுமே வைத்துக் கொண்டு வாழ முடிவதில்லை. திரைப்பாடல்கள் எழுதுவது, அரசியல் பிரச்சாரத்துக்குச் செய்யுள் செய்வது, வியாபார விளம்பரங்களுக்காக எழுதுவது (போலிக் கவிதை) ஆகியவற்றில் ஏதாவது ஒன்றைச் செய்தால் அன்றி வாழமுடியாது என்கிற நிலை.

இரண்டாவதாக, கவிதைக்கான இதழ்களோ, வெளியீட்டு நிறுவனங்களோ இல்லை. கவிதை மிகக் குறைவாகவே விற்கிறது. எனவே கவிஞர்கள் கவிதைக்குச் சம்பந்தமில்லாத பிறவழிகளில் தங்கள் வாழ்க்கைக்கானதைச் சம்பாதிக்க வேண்டியிருக்கிறது. சிதாகந்த மஹாபத்ரா (ஒரியா), அசோக் வாஜ்பேய் (இந்தி), தேபேஷ் தாஸ் (வங்காளி) போன்ற ஐ.ஏ.எஸ், ஐ.சி.எஸ் கவிஞர்கள் கூட இருக்கிறார்கள். வார இதழ்கள், நாளிதழ்கள்

ஆகியவற்றின் பணியாளர்களில் பலகவிஞர்கள் இருக்கிறார்கள். இத்தகைய இடர்ப்பாடுகளிருந்து விடுபட்ட ஒரே தொழில் ஆசிரியத் தொழில்தான். பெரும்பாலான கவிஞர்கள் விரிவுரை யாளர்களாகவோ, பேராசிரியர்களாகவோ, அல்லது உயர் நிலைப்பள்ளி. ஆசிரியர்களாகவோகூட பாடம் கற்பித்துக் கொண்டிருக்கிறார்கள்.

இன்று நிறைய மகளிர் கவிதை படைக்க வருகின்றனர். ஒவ்வொரு மொழியிலும் பிரபலமானவர்கள் மட்டுமல்லாமல் கூர்மையான பார்வையுள்ள மகளிர் பலர் கவிதை எழுதுகின்றனர். நிர்மல் பிரபா பர்டோலாய் (அஸ்ஸாமி), சவிதாசின்ஹா (வங்காளி). துளசிதாஸ் (ஓரியா), கமலாதாஸ் (ஆங்கிலம்), இந்திரா பத்மா மராத்தி), மஹாதேவி வர்மா, மம்தகாலியா, இந்து ஜெயின் (இந்தி). சுகதகுமாரி (மலையாளம்) ஆகியோர் சாதாரணமாக யோசித்தாலே நினைவுக்கு வருகின்றவர்கள். எனவே கவிதை மென்மேலும் - ஒருவேளை சரியானதாகக்கூட இருக்கலாம் - மகளிரின் தொழிலாகி வருகிறது.

மற்றுமொரு குறிப்பிடத்தக்க போக்கு என்னவென்றால் நகைச்சுவையும், அங்கதமும் கவிதையில் அதிகம் பயன் படத் தொடங்கியிருப்பது. குறும்பாக்கள் அங்கதங்கள் சிலேடைப்பாக்கள் ஆகியவை வழக்கில் வந்துள்ளன. அரசியல் விமர்சனங்களும் - வெளிப்படையாகவோ அல்லது உள்ளிடையாகவோ கவிதை ஆடை அணிந்து வருகின்றன.

இந்தியக் கவிதை அதிகமாக மனதை உருக்கும் பண்பிலிருந்து, உணர்ச்சிக்கு எதிரான பண்பையே அடைந்துவிட்டது என்றே சொல்லலாம்.

கவிதை, உரைநடை உலகத்திலிருந்தும், கடினநெஞ்சுள்ள சூழ்நிலைகளின் தாக்குதல்களிலிருந்தும், தனது பலகீனமான உடல் நலத்தைக் காப்பாற்றிக்கொண்டு, தொழில் நுட்பம், கம்ப்யூட்டர்கள் ஆகியவற்றினால் காயம்படாமல் நிலைத்து வாழும் என்று நம்புவோமாக.

**சச்சிதானந்தன் / மலையாளம்**

# உழைப்போரின் குரல்

*நாம் இந்த நிலத்தை உழுபவர்கள்;*
*நாமே நிலம்.*
*நாம் விதை விதைப்பவர்கள்;*
*நாமே விதை.*
*நம் கொழுமுனை கிளறிய நிலத்தில்தான்*
*முதல் தெய்வம் பிறந்தது.*
*நம் புருவத்தில் துளிர்த்த வியர்வையில் தான்*
*முதல் பாடல் கவிந்தது.*
*நம் வளைந்த முதுகுகளின் மீதுதான்*
*முதல் சிற்பம் எழுந்தது.*
*நம் எலும்புகளின மீதும், பசித்த வயிறுகளின் மீதும்தான்*
*முதல் மாளிகை கட்டப்பட்டது.*

*உலகுக்கு உணவூட்டிய நமது கரங்கள்*
*இன்று பசியினால் குளிர்ந்து போயுள்ளன.*
*நமது தானியக்களஞ்சியங்களை எலிகள்*
*தங்கத்தை மறைத்துவைப்பதற்காகப்*
*பிடுங்கிக் கொண்டன.*

*உலகுக்கு ஆதரவளித்த நமது இதயங்களை*

வறுமையின் விரக்தி சில்லிடச் செய்து விட்டது.
செழிப்பான நமது நிலங்களை
வேட்டை நாய்கள் பறித்துக் கொண்டன.

நமது நெற்பயிர்கள் பாடிய கங்கைக் கரைகளில்
அவர்களது கஞ்சாச் செடிகள் வளர்கின்றன.

நமது அறுவடைப் பாடல்கள்
ஊற்றெடுத்த இடங்களில்
முகமூடியணிந்த பிசாசுகள் ஆடுகின்றன.
கரும்புகளால் கிளர்ச்சியூட்டப்பட்ட
சங்கூதும் மழையை
அவர்கள் வளைத்துப் பிடித்துக் கொண்டனர்.
கனைக்கும் மேலைக் காற்றை
கடிவாளமிட்டுப் பிடித்துக் கொண்டனர்.
நாம் அதிர்ச்சி அளிக்கும் இந்த நான்கு மலைகளின்
நிழலில் வாழ்கிறோம்.
நம் வாழ்வின் பசிய ஊற்றுக்களை
எரிக்கும் வெயில் வற்ற அடித்து விடுகிறது.

பொன்னிறக் கதிர்களை ஒருகாலத்தில்
அறுவடை செய்த அரிவாள்கள்
இன்று ஏழை விவசாயிகள்
வெறுக்கும் தலைகளைக் கொய்யட்டும்.
இறுகிய நிலங்களைப் பிளந்த நமது கொழுமுனை
நுகத்தடிகளைச் செய்த கல்நெஞ்சங்களை
இன்று பிளக்கட்டும்.
உளியும், கத்தியும் மனிதனின்
பெருமிதமான உருவத்தைச் செதுக்கட்டும்.

குழலும், யாழும் வெற்றிப் பார்வையின்
கோலாகலத்தை இசைக்கட்டும்.
நாம் கருவிகளைச் செய்பவர்கள்;
நாமே கருவி.
நாம் சக்கரங்களை இயக்குபவர்கள்;
நாமே சக்கரம்.

நமது உயிர்மூச்சு தான் முதல் கடல் பயணத்தின்
பாய் மரங்களை உந்தித் தள்ளியது.
நமது தசைகளின் சக்தியிலிருந்தே
முதல் நகரம் எழுந்தது.
நமது கண்ணீர்க் கடலிலேயே
சர்வதேச வாணிபங்கள் எழுந்தன.
பொசுக்கப்பட்ட நமது ஆழ்ந்த ஆசைகளின் மீதுதான்
முதல் பேரரசு வளர்ந்தது.

இன்று கானகத்து ஓநாயின் பற்களிலிருந்து
ரத்தம் சொட்டச் சொட்ட ஓடுகிறோம்.
படமெடுக்கும் பாம்புகளினால் நஞ்சூட்டப்பட்ட
கறைகளுடன் நாம் விழிக்கிறோம்.
கொடூர இரவுகளின் கழுகுகளின்
நகப்பிடியிலிருந்து விடுபட இன்று போராடுகிறோம்.
அசுர இயந்திரங்கள் நமது கடைசித் துளியையும்
உறிஞ்சுகின்றன.
அவர்களது தொண்டர்கள் நமது ரொட்டியைப் பறித்து
பெண்களைக் கற்பழித்து கால்களில்
விலங்கு பூட்டுகின்றனர்.
நம் கரங்களின் படைப்புகள்
அவர்களது வண்ணம் பூசிய ஜன்னல்களின்
நிழல்களிலிருந்து நம்மை முறைக்கின்றன.

நமது குழந்தைகள்
தமது தந்தையர் செய்த பொம்மைகளைப் பார்த்து
வீணுக்கு ஏங்குகின்றனர்.
நாம் பயங்கரமான நான்கு பள்ளத்தாக்குகளில் வாழ்கிறோம்.

அவற்றின் சபிக்கப்பட்ட குளிர்காலங்கள்
நம் வாழ்வின் ஊற்றுக்களைச் சில்லிடச் செய்கின்றன.
ஒருகாலத்தில் இரும்பின் மடங்காத கர்வத்தை அடக்கிய
நமது சுத்தியல்கள்
பெருகும் முதலாளித்துவ அலையின் ஆயிரம் தலைகளை
இன்று நசுக்கட்டும்.

நமது சூரியனை விழுங்கும் மிருகங்களை வேட்டையாட
உழைக்கும் தசைகள் இன்று துப்பாக்கி ஏந்தட்டும்
கோதுமையை அரைத்த சக்கரப்பற்கள்
காலத்தை இயக்கட்டும்.
இரும்பை வடிவமைக்கும் அச்சுக்கள்
நமது வாழ்வை வடிவமைக்கட்டும்.

**பாரத் பூஷன் அகர்வால் / இந்தி**

## உடலற்ற வாழ்க்கை

*அன்று மாலை நான் வீட்டிற்கு வந்தபோது*
*பல வேடிக்கைகள் நிகழ்ந்தன.*
*யாரும் என் மீது கவனம் செலுத்தவில்லை.*
*என் மனைவி*
*"தேனீர் வேண்டுமா?" என்று கேட்கவில்லை*
*குழந்தைகளும் கூட*
*அடுத்த அறையிலேயே தூங்கி விட்டன.*
*என் வேலைக்காரன்*
*நான் அங்கேயே இல்லாதது மாதிரி*
*தரையைப் பெருக்கிக் கொண்டுபோனான்*
*சரி*
*நான் இங்கே இருக்கிறேனா இல்லையா*
*திடீரென்று வியப்புடன் கூடிய விழிப்புணர்ச்சி*
*என் உடம்பு இன்று எங்கே போனது*
*நான் வானொலிப் பெட்டியை முடுக்கினேன்*
*கைகளைக் காணவில்லை*
*நான் பேசத் தொடங்கினேன்*
*வாயைக் காணவில்லை*
*நான் பார்க்க முற்பட்டபோது*
*கடவுளே, எனக்குக் கண்ணில்லை*
*நான் சிந்தித்தேன்*

என் தலை காணாமல் போனதாகத் தோன்றியது
நல்லது. பிறகு...
நான் எப்படி வீட்டிற்கு வந்தேன்.
சிறிது சிறிதாக
நான் புரிந்துகொள்ளத் தொடங்கினேன்.

நான் அலுவலகத்திலிருந்து வீட்டிற்குப் புறப்பட்டபோது
தவறுதலாக என் தலையை விட்டுவிட்டேன்
கைகள் இன்னமும்
பேருந்தின் கைப்பிடிகளிலேயே
தொங்கிக் கொண்டிருக்கின்றன
என் கண்கள்
உண்மையிலேயே கோப்புக் கட்டுக்களை
உற்றுப் பார்த்துக் கொண்டுள்ளன
என் வாய்
தொலைபேசியில் சிக்கிக் கொண்டிருக்கிறது
எனது கால்கள்... சந்தேகமேயில்லை...
அவை இன்னமும் கியூவரிசையில் நிற்கின்றன
இப்படித்தான்
நான் உடம்பு என்பது இல்லாமல் வீடு திரும்பினேன்
உடலற்ற வாழ்க்கை என்பது
இந்திய மரபின் சாராம்சம்தான்
ஆனால்
உடலற்ற
எடையைக் குறைக்கும்
இந்தக் களைப்புகூடவா
அதன் பகுதி?

★

**ஏ.கே. ராமானுஜம் / கன்னடம்**

## வீட்டிற்குத் திரும்பவில்லை

உங்களுக்குத் தெரியுமா
மங்கோலியாவில் ஒரு பேரரசு இருந்தது.
அது ஒருமுறை
தொலைதூரத்து மற்றொரு பேரரசைப் படையெடுத்தது.
அங்கே
புதிய பறவை ஒன்று பாடுவதைக் கேட்டது.
அந்தப் பாடல்
தனக்கே சொந்தமாக வேண்டுமென ஆசைப்பட்டது.
அந்தப் பாடலுக்காக
அந்தப் பறவையைச் சிறைபடுத்த விரும்பியது.
பறவையுடன்
அதன் கூட்டையும்
கூட்டைத் தாங்கிய கிளையையும்
அடித்தண்டையும், அந்த மரத்தையும்
வேர்களையும், வேர்களைத் தாங்கிய நிலத்தையும்
அந்தக் கிராமத்தையும்
சுற்றிய நீர்நிலைகளையும்
நாடுகளையும்
அந்த மொத்தப் பேரரசையும்...

எல்லாவற்றையும்
தனக்குச் சொந்தமாக்க நினைத்தது.
மீதம் இருந்த
யானைகள், குதிரைகள், தேர்கள், வீரர்கள்
மொத்தப் பேரரசையும் வெற்றி கொண்டது.
தன் பேரரசுடன்
அதைச் சேர்த்துக் கொண்டது

தனது வீட்டிற்கு

அது திரும்பவேயில்லை.

★

**பி.எஸ். ரேகே / மராத்தி**

## யாருக்குத் தெரியும்

ஒரு வார்த்தை
இரண்டு உதடுகளைக் காட்டிலும்...
இரண்டு உதடுகள்
எல்லாத் தூரங்களையும் வெறுமனே பார்த்துக்கொண்டு
அவற்றைப் பொறுத்துக் கொண்டிருக்கும்
நான்கு தப்படிகளைக் காட்டிலும்...

சேர்த்து வைத்திருக்கும் சித்திரங்களை
ஒவ்வொன்றாய்க் கழித்துப் போட்டுக் கொண்டு
திருப்தி அடைந்து கொள்ளலாம்
கழித்துப் போட்டவை அனைத்தும்
இரண்டிரண்டாய்ப் பெருகி
மீண்டும் கூட்டிக் கொள்கின்றன.

வல்லுனர்கள் இன்னமும் கூடச் சொல்லலாம்
சிலர் இன்னமும் புதியவைகளைக் கூடச் சொல்லலாம்
இதை பூஜ்யம் என்று
ஒருவன் எவ்வாறு கணக்கிட முடியும்
யாருக்குத் தெரியும்.

★

## பொபதி ஹிராண்டானி / சிந்தி

## கணவன்

இந்த வீடு என்னுடையது.
நான் உன்னைத் தொட்டேன்.
முத்தமிட்டேன்.
முகர்ந்தேன்; அனுபவித்தேன்.
இதனாலேயே நான் உன்னை இங்குவைத்திருக்கிறேன்.

இந்த வீட்டிற்குப் பளிங்குத்தரை உண்டு.
மேசை, நாற்காலிகள் போடப்பட்டுள்ளன.
மேலே கூரையும்,
பக்கத்தில் சுவர்களும்
அருகில் சமையல் அறை
அங்கே படுக்கை அறை.
நீ எனக்காகச் சமையல் செய்கிறாய்.
அதற்காக என்னிடமிருந்து
இரு வேளை உணவு பெறுகிறாய்.

இந்த வீட்டில் ஆரோக்கியமான குழந்தைகள் உள்ளனர்.
அவர்கள் என் இரத்தத்தின் வாரிசுகள்.
அவர்கள் என் சொத்தைப் பயன்படுத்துவார்கள்.
என் பெயரைப் புனிதமாக மதிப்பார்கள்.
என் வம்சத்தை நிலை நிறுத்துவார்கள்.

என் உயிரை அனுசரணையுடன்
வழியனுப்புவதின் மூலமாக
இந்த உலகில் இல்லாவிடினும்
மறு உலகிற்கான உணவை எனக்குக் கொடுப்பார்கள்.

நீ என் குழந்தைகளின்
தாயாக இருக்கிறாய்.
இதனாலேயே என் மனைவி
எனும் பதவியை அனுபவிக்கிறாய்.
நான் இவர்களின் தந்தை எனும் நிலையை
மறுப்பேனெனில்
நீ தாய்மையை இழந்து விடுவாய்.
நீ எனக்குச் சொந்தமானவள்
முழுமையாகவும், உண்மையாகவும்.
உன்னுடையவை அனைத்தும் என் சொந்தம்,
ஏனெனில்
நான் உனது கணவன்.

★

தத்தாத்ரிய ராமச்சந்திர பெண்ட்ரே / கன்னடம்

## நிழலைத் தொடரும் கிளி

எல்லோரும் நேசிக்கும்
பெரிய விழிகளை உடைய அவள்
தண்ணீர்க் குடத்துடன் வீட்டை நோக்கிப் போகிறாள்.
கிணற்றுக்குப் போகும் ஒற்றையடிப்பாதை
ஒரு குறும்புக்கார பூனைக் குட்டியைப் போல
அவளைத் தொடர்கிறது.
குளிர்ந்த காற்று, மழையின் நறுமணத்துடன்
அதைப் போக விடுகிறது.
என் இதயத்திலிருந்து விடுதலை செய்யப்பட்ட
கிளியொன்று
அவளது நிழலைத் தொடர்கிறது
தாம் என்ன செய்கிறோம் என்பதே தெரியாமல்,

★

**சுனில் கங்கோபாத்யாய் / வங்காளி**

# ஒரு பெண்ணும் சில மலர்களும்

*“உலகத்தில் எங்கிருந்துதான் இந்தப் பூக்கள் கிடைக்கின்றன உனக்கு?”*

*“ஹௌரா கடைத்தெருவில் பூக்காரர்கள் அதிகாலையிலேயே அங்கு வந்து விடுகிறார்கள். பாலத்தின் கீழே அவர்கள் உட்கார்ந்து இருப்பதை நீ பார்க்கலாம்.”*

*“அப்படியானால், நீ அவ்வளவு அதிகாலையில் அங்கு போவதை எப்படிச் சமாளிக்கிறாய்? நீதான் இங்கு எப்போதும் நடு இரவு வரையிலும் இருக்கிறாயே.”*

*“எப்படி என்று நினைக்கிறாயா. வியாபாரம் என்றால் வியாபாரம் தான்.”*

*“ஆமாம், ஆமாம். எனக்குத் தெரியும். ஆனால் இவ்வளவு இரவிலும் கூட எப்படி இந்தப் பூக்களை இவ்வளவு புதுமையாக வைத்திருக்கிறாய் என்பது மட்டும் என்னால் கண்டுபிடிக்க முடியவில்லை”*

*“நீ எப்படிச் சமாளிக்கிறாயோ, அப்படியே தான் அன்பே நீ பகட்டான உடை உடுத்துக்கொண்டு சாயங்காலமே இங்கு வந்து*

விடுகிறாய். இப்போது பார், இந்த ராத்திரியிலும் எப்போதும் போல புதுமை.”

“நிறுத்து. என்னுடைய செலவிலே நீ புத்திசாலியாக இருக்க முயற்சிக்காதே. என் கேள்விக்கு நேராக பதில் சொல்லு.”

“உன்னிடம் உண்மையைச் சொல்கிறேன். நீ இங்கு பார்க்கும் பெரும்பாலான பூக்களை நான் சாயங்காலம்தான் கொண்டு வருகிறேன். எங்கிருந்து தெரியுமா? சுடுகாட்டிலிருந்து.”

“அடக்கடவுளே, ஒரு சுடுகாட்டுக்குள் நுழைந்து பூக்களைத் திருடிக்கொண்டு வருகிறேன் என்று சொல்கிறாயா?”

“நிச்சயமாக ஏன் செய்யக் கூடாது? அந்த ரோஜாக்களைப் பார். இன்றைக்கு பார்க் சர்ச் சுடுகாட்டிலிருந்து கொண்டு வந்தேன். உண்மையிலேயே அழகான பூக்கள்.”

“ம்... உண்மையிலேயே இது அதிகம். நீ இதை எப்படிச் செய்யலாம்’. இந்தப் பூக்களை வாங்கிக்கொண்டு போகிறவர்கள் அவர்களின் படுக்கையை இந்தச் சுடுகாட்டுப் பூக்களால் அலங்கரிக்கலாம் என்று நீ உணர்ந்தது கிடையாதா?”

‘சரி, சரி, சரி, ஆனால் அவர்களைப் பற்றி நீ ஏன் இவ்வளவு கவலைப்படுகிறாய் என்று நான் கேட்கலாமா?”

பார்க் தெருவிலிருந்த போக்குவரவு வழிகாட்டி விளக்கு பச்சையிலிருந்து சிகப்புக்கு மாறியது. பூக்காரன் தீனு நிற்கும் கார்களிடம் ஓடி ஜன்னல்களுக்கருகில் பூக்களை ஆட்டினான். இது பூ விற்பதற்குச் சிறந்த நேரம் இல்லைதான். நிறையப் பேரை இது குறித்து கவனம் எடுக்க வைக்க முடியாது. எப்போதாவது இரவுக்காட்சி பார்த்துவிட்டுப் போகும் ஜோடிகளோ, அல்லது மற்ற சுகங்களைத் தேடி அலையும் குடிகாரர்களோ வாங்கலாம். ஆனால் கட்டாயமாக அவர்கள் பேரம் பேசினார்கள். இதனால் சுடுகாட்டிலிருந்து எடுத்த நீளமான தண்டுள்ள மலர்கள், மல்லிகை மாலை, ரோஜாச் செண்டு ஆகியவற்றிற்கு அநியாயமான விலையில்தான் ஆரம்பிப்பது என்று விதி ஏற்படுத்திக்கொண்டிருந்தான்

அவன். கொஞ்சம் பேரம் பேசியபிறகு ஒரு ரூபாய் அல்லது பன்னிரண்டு அனாவிற்குக் கூட வந்து விடுவான் அவன். இந்த நேரங் கடந்த இரவில், தன்னிடம் உள்ளவற்றை எந்தக் குறைந்த விலையில் விற்பதிலும் அவனுக்கு மகிழ்ச்சியே. கார்கள் நகரத் தொடங்கியதும் தீனு பேருந்து நிற்குமிடமான தனது இடத்திற்குத் திரும்பிவிட்டான்.

அந்தப் பெண் கோலாப்பி, இன்னமும் மொட்டை நாற்காலி மீது உட்கார்ந்து காலை ஆட்டிக்கொண்டு இருந்தாள். விலை மலிவான போலி பட்டுப் புடவையும், ஜாக்கெட்டும் அணிந்திருந்தாள் அவள். இரண்டுமே துவைத்து நாளாகி இருந்தன. அவள் கால்களில் ரப்பர் செருப்புகள்

“ஏதாவது அதிர்ஷ்டம் உண்டா?” அவள் கேட்டாள்.

“ஆமாம், இரண்டு மாலைகளிலிருந்து விடுதலை அடைந்தேன்.”

“மோசமில்லை. நீ இதில் நன்கு பழகி இருக்கிறாய்.”

“ஆமாம், இந்தப் பூச்செண்டுகளையும், ரோஜாக் கொத்துக் களையும் விற்றால்தான்...”

அது பேருந்துக்காக பயணிகள் வந்து காத்திருக்கும் நிலையம் அல்ல. ஒரு முறை இரண்டு பிச்சைக்காரக் குடும்பங்கள் அந்த இடத்தை அவர்களுக்கு என்று பிடித்துக்கொண்டிருந்தனர். அவர்களது எல்லா வீட்டு வேலைகளும் - சமைத்தல், சாப்பிடுதல், துவைத்தல், உறங்குதல் - எல்லாமே இங்குதான் நடந்தன.

சமீபத்தில் ரகுராம் எனும் குண்டர்கள் தலைவன் ஒருவனால் அவர்கள் தூக்கி எறியப்பட்டனர். அவன் பார்க் தெருவிலிருந்து தர்மதாலா வரை இருந்த எல்லா நடைபாதைகளின் மீதும் முழு உரிமை கொண்டு விட்டான். இப்போது யார்தான் அங்கு வேலை செய்வது, வாழ்வது, தூங்குவது என்று அவன் அதிகாரம் செய்கிறான். அந்தப் பிச்சைக்காரக் குடும்பம் அவனுக்குக் கொடுக்க வேண்டியதைக் கொடுக்க மறுத்ததால் அவன் அவர்களைத் தூக்கி எறிந்துவிட்டான். பதிலாக அவன் ஒரு தேனீர் விற்பவனை அங்கு அமர்த்தி இருந்தான்.

விக்கிராம் என்ற பெயருள்ள அந்த மனிதன் ஒரு தீங்கும் செய்யாதவன். அவன் யார் தொழிலிலும் தலையிட்ட தில்லை. தேனீருடன், ரஸ்க் பிஸ்கட்டும், பார்லி மாவும், பச்சை மிளகாயும் விற்று வந்தான் அவன். ரிக்ஷாக்காரர்களும் மூட்டை தூக்குபவர்களும் அவனிடம் வந்து ஊற வைத்த பார்லி மாவில் பச்சை மிளகாய் கலந்து சாப்பிடுவதற்காக அவனிடம் அடிக்கடி வருவார்கள். விக்கிராமிடம் அந்தச் சிறு மொட்டை நாற்காலிதான் உண்டு - முதலில் வருபவர்கள் அதில் அமர்ந்து சாப்பிடும் விஷேசச் சலுகை கொண்டவர்கள். ஒரு கெண்டியில் சில தேயிலைகள் கொதிக்க அடுப்பின் மீது இருந்தது. இந்த இரவு நேரத்தில் யாருமே அங்கு வரமாட்டார்கள்.

பார்க் தெரு வழியாக இரண்டு மனிதர்கள் நடந்துவந்து சதுக்கத்தில் நின்றார்கள். முதலில் அவர்கள் ஒரு வாடகைக்காருக்காகக் காத்திருப்பவர்கள் போலத் தோன்றியது. ஆனால் அவர்கள் நோக்கம் வேறு ஏதோ என்று விரைவில் தெரிந்துவிட்டது. அவர்கள் மூலையில் இருந்த கூட்டத்தை உற்றுநோக்கிக் கொண்டிருந்தனர்.

தீனு, கோலாப்பிக்குக் கண் ஜாடை காண்பித்து அவர்களிடம் போகச் சொன்னான். அவள் நகரவில்லை.

“எனக்கு இந்த ரகத்தைத் தெரியும் அவள் முணுமுணுத்தாள். குடிகாரர்களின் ஆசை தொடர்ந்து இருக்காது.”

“இப்போது பார் கோலாப்பி, குடிகாரர்களை விமர்சிக்காதே. அவர்கள்தான் பணத்தைச் செலவு செய்கிறவர்கள்.”

“இல்லை தீனு, நான் குடிகாரர்களுக்குப் பயப்படுகிறவன்.”

“இதில் பயப்பட என்ன இருக்கிறது? அவர்கள் கொடுக்கிறார்கள். நீ செய்கிறாய். இதில் பயப்பட என்ன பிரச்சினை.”

இப்போது அந்த இருவரும் உற்றுநோக்கினர். எனவே கடைசியாக கோலாப்பி நாற்காலியைவிட்டு எழுந்தாள். அவர்களை நோக்கி மிகவும் சாவதானமாக நடந்தாள். அவள் நடந்தபோது அவள் உண்மையிலேயே எவ்வளவு ஒல்லியானவள் என்று தெரிந்தது. வாழ்நாள் முழுவதும் போதாத உணவு

அவள் விலா எலும்புகளை வெளிக்காட்டியது. அப்படியும் புடவையை ஊதவைத்து மூடிக்கொண்டு அவளால் முடிந்ததைச் செய்தாள். இப்போது அவள் முந்தானை நுனியைக் கையில் வெட்கத்துடன் சுற்றிக்கொண்டு அவர்கள் முன் நின்றாள்.

அந்த மனிதர்களில் ஒருவன் அவளை நோக்கிக்குனிந்து வெளிப்படையாகச் சொன்னான், "வரியா".

"நிச்சயமாக. ஏன் வரமாட்டேன்?"

"எவ்வளவு?"

"எவ்வளவு நாழி?"

"நீ எவ்வளவு நாழி இருப்பேன்னு சொல்லு?"

"ஓ நீங்கள் சொல்லுங்கய்யா. நான் எவ்வளவு நாழி இருக்கணும்னு நீங்கள்தான் சொல்லவேண்டும். ஒரு மணி நேரமா, இரவு முழுவதுமா, வேறென்ன?"

"இரவு முழுவதும் என்று வைத்துக்கொள்ளேன்."

"பதினைந்து ரூபாய். ஆனால் நீதான் இடம் பார்க்க வேண்டும்."

"அதெல்லாம் முடித்தாயிற்று. நீ எங்கள் கப்பலுக்கு வர வேண்டும். கிதிர்பூர் கப்பல் துறைமுகம்."

"கடவுளே, நான் வர மாட்டேன். எப்போதுமே மாட்டேன். நான் எந்தக் கப்பலுக்கும் போவதில்லை."

"ஏன் போகக் கூடாது?"

"நான் சொல்கிறேன். நான் வருவதில்லை. அவ்வளவுதான்."

"வரமாட்டேன் என்று நீ என்ன சொல்வது விபச்சாரியே. நாங்கள் பணம் கொடுக்கிறோம். நீ நாங்கள் சொல்லும் இடத்துக்கு வரவேண்டியதுதானே."

கோலாப்பிக்குக் கோபம் வந்துவிட்டது.

"முடியாது. நூறு ரூபாய் கொடுத்தாலும் முடியாது. ஒரு பெண் கப்பலுக்குப் போனால் எல்லோரும் அவள் மீது விழுந்து இரண்டாகக் கிழித்துவிடுவார்கள்."

“மகாராணியே, கேளம்மா! நூறு ரூபாய் என்று சொல்றாங்க அம்மா… உனக்கு யார் அதுபோல ஒரு பணமூட்டையைக் கொடுக்கப்போகிறார்கள் சொல்?”

“தொலைங்கடா, விபச்சாரி பிள்ளைகளா…”

கோலாப்பி மரியாதை இல்லாமல் தனது செருப்பைத் தட்டிக் கொண்டு பேருந்து நிலையத்திற்குத் திரும்பி வந்தாள். அவள் முகத்தில் கோபத்தைக் காட்டிலும் கசப்பு உணர்ச்சி அதிகமாக இருந்தது.

“என்ன ஆச்சு? உடன்பாடு இல்லையா?” தீனு கேட்டான்.

“அந்த வாயாடிகளைப் பற்றி என்னிடம் பேசாதே. எல்லாம் வெறும் வார்த்தை. காரியம் இல்லை. ஒரு பெண்ணிடம் வெறும் பேரம் பேசுவதற்கு ஆசைப்படுகிறார்கள். நீ ஏன் எழுந்து நான் கொஞ்ச நேரம் உட்காருவதற்கு விடக்கூடாது?”

“அந்த ஆட்களிடம் போகிறவரையில் நீதானே உட்கார்ந்து இருந்தாய்?”

“போ, போ, தள்ளு. சிவப்பு விளக்கு போட்டாச்சு.”

கார்கள் மறுபடி நின்றன. தீனு மறுபடியும் ஓடி தன் பூக்களை விற்க முயற்சித்தான். கோலாப்பி இந்தத் தருணத்தைப் பயன்படுத்திக்கொண்டு நாற்காலியில் உட்கார்ந்தாள். வயதான தேனீர்க் கடைக்காரன் அருகில் அமர்ந்து தூங்கினாள். இவர்கள் இருவரும் போகிற வரையில் அவன் தன் கடையை மூட முடியாது. ஆனால் அவன் தனக்கென வியாபாரம் எதையும் எதிர்பார்க்கவில்லை. அது பெரிதல்ல. அவனது ஒரே ஒரு நஷ்டம், முன்னதாகக் கொதிக்க வைத்து மிஞ்சிய தேனீர்தான்.

“சரி மாமா”, கோலாப்பி சொன்னாள், இதற்குமேல் உனக்கு வாடிக்கையாளர்கள் யாராவது வருவார்களா?”

கிழவன் பேசமுடியாத அளவுக்குத் தூக்கத்தில் இருந்தான். அவன் தன் கையை மட்டும் உயர்த்தி நெற்றியைத் தொட்டான்.

அது நிறைய அர்த்தங்கள் சூல்கொண்ட ஒரு சைகை.

அது நள்ளிரவை நெருங்கும் நேரம். தீனு ஏமாந்து திரும்பினான்.

“இந்த முறை வாங்க ஒருவர் கூட இல்லை.”

“இல்லை, இன்றைக்கு இரவு இதற்குமேல் வருவார் கள் என்று எனக்குத் தோன்றவில்லை.”

“ஹ - உனக்கு மட்டும் என்ன நடந்துவிடப் போகிற தென்று நினைக்கிறாய். கும்பலாக வந்துவிடுவார்கள் என்று நினைக்கிறாயா?”

“ஆமாம். நிச்சயமாக. எனக்கு இன்னமும் நேரமாகவில்லை. இப்போதுதானே இரவு ஆரம்பமாகி இருக்கிறது.”

“ரொம்ப சரி, ஆனால் மழை தொடங்க இருக்கிறதே அதைப் பற்றி என்ன?”

“வாயை மூடு. இதைப் போல துரதிருஷ்டமான வார்த்தைகளைச் சொல்லாதே.”

ஒல்லியான ஒரு இளைஞன் வந்து அவர்களை விட்டு சில அடிகள் தள்ளி நின்றான். வெளிப்படையாக உல்லாசமான ஆடைகளை அணிந்திருந்தான். அடிக்கடி அவர்கள் இருந்த திசையில் திரும்பிப் பார்த்தான். கோலாப்பி அருகில் வந்ததும், அவன் தன்னம்பிக்கை உள்ளவன் போலவும், தைரியமானவன் போலவும் தோற்றமளிக்க முயற்சித்தான்.

“அடையாளம் தெரிகிறதா?” அவன் திருப்தி தராத குற்ற உணர்ச்சி உள்ள புன்னகையுடன் கேட்டான்.

கோலாப்பி அவளது பெரிய புன்னகையைக் கொடுத்தாள்.

“எப்படி என்னால் முடியாமல் போகும்.” அவள் சொன்னாள்.

“நான் தான் தினமும் உன்னைப் பார்க்கிறேனே.”

“நீ எவ்வளவு கேட்கிறாய்?”

“சரி, உன்னைப் போன்ற நல்ல இளைஞனிடம் நான் பேரம் பேசவில்லை. நாம் பத்து ரூபாய்க்கு முடித்து விடுவோம்.

பத்தா. ஐந்துக்கு முடியாதா?"

"ஐந்தா? கேளு அவனை. நீ ஏன் பாலத்துக்கு அப்பால் இருக்கும் அலிகளிடம் போகக் கூடாது?"

"சரி, சரி, பத்துக்கு சரி."

"உனக்கு இடம் இருக்கிறதா?"

"இடமா?"

"அப்படியா, உன்னிடம் இடம் கிடையாதா. சரி நாம் ஒரு டாக்சி எடுத்துக் கொள்வோம். அதற்குப் பணம் இருக்கிறதா? அல்லது பூங்காவிற்குப் போய்விடலாமா?"

"ஆமாம். பூங்காவிற்குப் போய்விடலாம்."

"ஆம். போகலாம்."

"கோலாப்பியும், இளைஞனும் சாலையைக் கடந்தார்கள். அவர்கள் பூங்காவில் கால் வைத்தவுடனேயே ஒரு போலீஸ்காரன் தோன்றினான்.

இளைஞன் பயந்து நடுங்கத் தொடங்கினான்.

"நான் அங்கே போக முடியாது." அவன் சொன்னான். கோலாப்பி அவன் கையை எடுத்துத் தன் கையில் வைத்து ஆறுதல் அளிக்குமாறு பிடித்தாள்.

"பயப்படாதே". அவள் சொன்னாள். "நீ என்னுடன் வா, அவர் ஒன்றும் சொல்லமாட்டார்."

"இளைஞன் அவள் கையிலிருந்து தன் கையைப் பிடுங்கிக் கொண்டு ஓடினான். கோலாப்பி மீண்டும் பேருந்து நிலையத்துக்கு வந்து தீனு உரக்கச் சிரித்துக்கொண்டிருப்பதைப் பார்த்தாள்.

"இந்தமுறை என்ன ஆயிற்று?"" அவன் இரக்கமில்லாமல் கேட்டான்.

"உன்னை ஏமாற்றிவிட்டானா?"

"வாயை மூடு."

“கடவுளே, நான் எந்த ஆண்பிள்ளையும் அவ்வளவு வேகமாக ஓடிப் பார்த்தது இல்லை. ஒரு பெருச்சாளி போன்று ஓடுகிறான்.”

“உன் வாயை மூடச் சொன்னேன் நான்.”

தீனு சிரிப்பதை நிறுத்தினான். சாலையைப் பார்த்து கோலாப்பியை எச்சரித்தான்.

“அங்கே பார், இரு போலீஸ்காரர்கள் வருகிறார்கள்.”

“வரட்டுமே” கோலாப்பி தைரியமாகச் சொன்னாள்.

“இன்றைக்கு என்னிடம் ஒரு பைசாகூட கிடையாது. இன்றைக்கு எனக்குக் கிடைத்ததெல்லாம் மூன்று ரூபாய். இதில் எப்படி நான் அவர்களுக்கு மாமூல் கொடுப்பேன்.

“மாமா” தீனு தேனீர்க்காரனிடம் கேட்டான்.

“உனக்கு இன்றைக்கு யாரும் கிடைக்க மாட்டார்கள். நாமாவது அதைச் சாப்பிடுவோமே.”

“எனக்கு வேண்டாம்.” கோலாப்பி சொன்னாள்.

“இந்த இரவில் நான் தேனீர் சாப்பிடுவதில்லை.”

தீனு அவளைப் பார்த்து ஆச்சரியமான பார்வையை வீசினான்...

“முட்டாளாக இருக்காதே.” அவன் சொன்னான். “குடி. தேனீர் அதிகமாகப் பசியைத் தணிக்கும். இன்றைக்கு என்ன கிடைத்ததென்று பார்- வெறும் மூன்று ரூபாய்.”

“எனக்குத் தெரியும்” கோலாப்பி ஒப்புக்கொண்டாள்.

“இப்போதுகூட கொழுத்த பணப்பை கொண்ட ஒரு வாடிக்கை கிடைத்தால் கூட....”

மழை நிலையான தூரலாக வந்தது. வானம் சிந்தனை வயப்பட்டு இருப்பதாகத் தெரிந்தது. இந்த மழை விரைவில் நிற்கப்போவது இல்லை. இது ஒருவனின் வியாபாரத்தை உடனடியாகப் பாதித்துவிட்டது.

மீண்டும் விளக்கு சிவப்பாக மாறியபோது, தீனு மழையில் பூவிற்க ஓடினான். இந்த முறையும் தோல்விதான். அவன்

மீண்டும் பேருந்து நிலையத்திற்குத் திரும்பிய போது, கோலாப்பி, தெருவிளக்கடியில் சென்று நின்றுகொண்டு, தோல் வரையிலும் நனைந்து கொண்டிருந்தாள். இரு மனிதர்கள் கடந்து போகிறபோது கோலாப்பி தீர்மானமில்லாத சைகை செய்தாள். அவர்கள் முரட்டுத்தனமாக அவளை ஒதுக்கிக்கொண்டு சென்றனர். விரைவில் சாலை முழுவதும் பாலைவனமாகி விட்டது. ஒரு வண்டி கூடச் செல்லவில்லை. இனி காத்திருப்பது வீண்.

தீனு கடைசி மடக்குத் தேனீரை விழுங்குமுன் அதை ருசித்தான்.

“படுமோசமான நாள் இது. என்னைப் பார். மூன்று டஜன் பூ விற்கவில்லை.”

“ஆனால் நீ சொன்னாய், இவற்றை சுடுகாட்டிலிருந்து திருடிவந்ததாக” கோலாப்பி சொன்னாள்.

“இவற்றை வாங்குவதற்கு நீ ஒரு பைசாவும் செலவு செய்யவில்லை. பின்னர் ஏன் குறைபட்டுக்கொள்கிறாய்”

“அம்மணி, நீ ஏன் பின் வாயை மூடிக்கொள்ளக்கூடாது? உன் தொழிலில் கூட நீ போட்ட முதல் பூஜ்யம்தான். வியாபாரம் செய்வதற்கு நீ ஒரு பைசாகூட செலவழிக்க வேண்டியதில்லை.”

“பார்த்துப் பேசு.” கோலாப்பி கோபமாகச் சொன்னாள்.

“ஒரு நாளில் ஒரு வேளை கூட வயிறாரச் சாப்பிடாமல் நான் எப்படி வாடிக்கையாளர்களைப் பிடிக்க முடியும் என்று நினைக்கிறாய்? இந்த உடம்பு இப்படியே இருக்கும் என்று எப்படிச் சொல்வது?”

“சரி, நீயாவது மூன்று ரூபாயாவது சம்பாதித்து இருக்கிறாய்.”

“ஆனால் மூன்று ரூபாயை வைத்துக்கொண்டு என்ன வாங்க முடியும்? நான் கவலைப்பட வேண்டியது என்னைப் பற்றி மட்டும் அல்ல. ஐந்து பேர் எனக்காக வீட்டில் உட்கார்ந்து காத்திருக்கிறார்கள். எல்லோரும் வாயைப் பிளந்து கொண்டு. இந்த வாரம் ரேஷன் வாங்குவதற்கு நாளைதான் கடைசி நாள். எனக்கு மட்டும் பதினேழு ரூபாய் கிடைத்து இருந்தால்...”

“கவலைப்படாதே. நாளை என்பது வரும்போது நாளையைப் பற்றி யோசிப்போம். இப்போது வீட்டுக்குப் போகலாம் வா.”

கோலாப்பி, தேனீர்க்காரனிடமிருந்து பாழடைந்த, இடிந்த கட்டடத்துக்குள் நுழைந்தாள். இருட்டில் உடை மாற்றிக்கொண்டாள். மலிவான பளபளப்பான புடவைக் குப் பதிலாக வெள்ளைப் பருத்திப் புடவையைக் கட்டிக் கொண்டாள். அதுவும் சுத்தமாக இல்லை. பட்டுப் புடவையைக் கட்டிக் கொண்டு வீட்டில் தலைகாட்ட முடியாது. எல்லாவற்றையும் அவள் தேனீர்க்காரனிடம் விட்டுவிட்டாள்.

அவளது அக்கம்பக்கத்தினரும், அவள் குடும்பத்தினரும் அவள் ஒரு பணக்கார வீட்டில் வேலைக்காரியாக இருப்பதாகத்தான் நினைத்துக்கொண்டிருக்கிறார்கள்.

தேனீர்க்காரன் குடித்த தேனீருக்குப் பணம் கேட்ட போது. தீனு தனது தலையை வெட்டினான்.

“பணமா, நாங்கள் இல்லையென்றால் தேனீரை சாக்கடையில் தானே ஊற்றி இருப்பாய்?”

தேனீர்க்காரன் ஒரு எளிய மனிதன். எளிதில் மனக் காயம் அடையக்கூடியவன். இருப்பினும் அவன் இன்னொரு முயற்சி செய்தான்.

கை நீட்டி, “ஒரு பத்துப் பைசாவாகிலும் கொடு” என்று கேட்டான்.

“நாளைக்குப் பார்க்கலாம்.”

கோலாப்பி, பெலிகட்டாவில் வாழ்ந்து வருகிறாள்: தீனு பார்க் சர்க்கிளில். கொஞ்ச தூரம் வரை அவர்கள் பாதை சேர்ந்தே போகிறது.

தீனு இன்னமும் விற்காத பூக்களைக் கையில் சுமந்து கொண்டிருந்தான்.

“இப்போது அந்தப் பூக்களை என்ன செய்யப்போகிறாய்?” கோலாப்பி கேட்டாள்.

“ரோஜா நாளைக்குக் கூட விற்கும் என்று நினைக்கிறேன்.” தீனு அலட்சியமாகச் சொன்னான், “மற்றவை தாங்காது”

“பின்னர் ஏன் அவற்றை வீட்டிற்குச் சுமந்துகொண்டு போகிறாய்?”

“நான் இவற்றை என்ன செய்ய வேண்டும் என்கிறாய்? குப்பையில் போடச் சொல்கிறாயா?... ஆமாம், இதைக் கேளேன். இதை ஏன் நீ வீட்டிற்கு எடுத்துப் போகக் கூடாது.”

“அடக்கடவுளே! இந்த இழவை வைத்துக்கொண்டு நான் என்ன செய்யப்போகிறேன்? காய்கறி மாதிரி வெட்டி சமைக்கவா முடியும்?”

“முயற்சி செய்து பாரேன்.”

“அப்படியானால், நீ செய்துபார், கேடுகெட்டவனே.”

“பெண்ணே, கேள். என்னால் இவற்றைச் சாப்பிட முடிந்தால் இரவு தோறும் எடுத்துச் சென்று சாப்பிடுவேனே.”

சாலை பிரியும் இடத்திற்கு அவர்கள் வந்தனர். அவர்கள் பிரிந்து செல்லவேண்டிய நேரம்.

தீனு, திடீரென்று ஒரு ரோஜா மலர்க்கற்றையை எடுத்து, விருப்பமில்லாத கோலாப்பியின் கையில் திணித்தான்.

“தயவுசெய்து”, அவன் கெஞ்சினான்.

“இன்று இரவு இதை வீட்டிற்குக் கொண்டு போ.”

“நீ வேடிக்கை செய்கிறாய். நான் இந்தப் பூவை வைத்துக்கொண்டு என்ன செய்யப் போகிறேன்? என்னுடைய பிணத்தை சிங்காரித்துக் கொள்ளவா? முட்டாள்தனமாகச் செய்வதை நிறுத்து.”

“நீ என்ன வேண்டுமானாலும் செய்து கொள், தூர எறிவதாக இருந்தாலும் எறிந்துவிடு”

தீனு அங்கு நிற்கவில்லை.

அவன் திரும்பி, பார்க் சர்க்கிளை நோக்கி நடக்கத் தொடங்கினான்.

கோலாப்பி பெலிகட்டாவை நோக்கி நடக்கத் தொடங்கினாள், இன்னமும் கையில் அந்தப் பூக்களை வைத்தபடியே.

சில நேரங்களில் அவளைக் கடந்த காற்று, ரோஜாக்களின் நறுமணத்தை அவள் மூக்குக்குக் கொண்டு வந்தது.

அவள் வீட்டிற்கு அருகில் செல்லும் முன்னால், அந்தப் பூக்களை எங்காவது போடுவதற்காகச் சற்று நின்றாள்.

இந்தக் காட்சியை நீங்கள் இலக்கியத்தனமாக வர்ணிக்க வேண்டுமென்றால், இப்படித்தான் வர்ணிக்க வேண்டி வரும்.

நள்ளிரவில் ஒரு மங்கை. நள்ளிரவில் சில மலர்களைக் கையிலேந்தியபடி, அதன் சுகந்தமணத்தை நுகர்ந்துகொண்டு...

ஆமாம்.

அவை ஒரு திருட்டுத்தனமானவனால், சுடுகாட்டிலிருந்து திருடப்பட்டவையாக இருக்கலாம். இருந்தாலும் அவை ரோஜாக்கள்.

அவள், தன் வயிற்றுப்பசிக்காகத் தெருவோரத்தில் உடலை விற்கும் ஒரு ஒழுக்கங்கெட்டவளாக இருக்கலாம். இருப்பினும், அவள் ஒரு பெண்.

★

## மோகன்சிங் / பஞ்சாபி

# மௌனமான பாறை

வாயிற்படியில் அவள்
தனிச்சொத்தின் ஒரு சிறு பகுதியாக
பக்கத்தில்
அச்சொத்தின் சொந்தக்காரன் - அவள்
கணவன் எதிரில் காதலன்.
மல்லிகைப்பூ வெண்மையாய்
பளிங்குத் தூண்போல
அசையாமல், அமைதியாய்
அவள் நிற்கிறாள்.
கூண்டிலடைக்கப்பட்ட
இரு புறாக்களைப்போல் முலைகளும்,
மின்னும் இரு கற்களைப்போல் கண்களும்
மாணிக்கத் துண்டுகளாய் இதழ்களும் கொண்டு
அவள் நிற்கிறாள் -
மௌனமாய், நிர்க்கதியாய்.
ஐயகோ, மூடத்தனமான இருள் படிந்த பழக்கங்கள்.
ஐயகோ, இரத்த வெறி பிடித்த
அரக்கத்தனமான வழக்கங்கள்.
அவள் பேச்சும், புன்னகையும் ஏதோ ஒரு கோடியில்.

அருகிலிருக்கும் கணவன்
தன் கரங்களை அவள் தோள் மீது வைத்துச்
சொல்கிறான்:
இது என் தனிச் சொத்து.
நான் இவளின் எஜமானன்.

இதற்காக
மனு தர்ம சட்டமும் எனக்குச் சாதகமாயிருக்கிறது.
மனிதனின் சட்டமும் கூட.
ஆனால் இதயம்?
அதைப் பற்றி யாருக்குக் கவலை?
நான் பார்த்து விடுகிறேன்
இந்த அழகிய கட்டடம்
எப்படி எனக்கு இடம் கொடுக்காமல் போய்விடும் என்று
நான் பார்த்துவிடுகிறேன்.

எதிரில் காதலன்,
சிந்தனையில் வைராக்கியத்துடன்:
"தனிச்சொத்தின் ஒருதுண்டு,
ஆம்
அவள் மௌனமான ஒரு பாறை.
என் காதலினால் இன்றைக்கு
கரைக்க முடியாமல் போய்விட்ட ஒரு பாறை,
இந்த நெருப்பை
நான் மேலும் எரிய விடுகிறேன்.
இந்த உலகை மாற்றி
ஒரு நாள் நிச்சயம் திரும்பிவருவேன்.
வந்து
அவளுக்கு மீண்டும் உயிர் கொடுப்பேன்.

★

## ஸ்ரீ ஸ்ரீ / தெலுங்கு

# புரட்சியின் தேர்ப்பாகன்

*நான் மன்றாடினேன்:*
*நேர்மையாக இருங்கள்.*
*நான் வேண்டினேன்:*
*அப்பாவிகளைத் துன்புறுத்தாதீர்கள்*
*நான் சொன்னேன்*
*உங்கள் மூளையிலிருந்து தீய அழுக்கைக் கழுவுங்கள்:*
*உங்கள் விழிகளில் ஒளி பளபளக்கட்டும்*
*நான் சொன்னேன்,*
*வாதம் செய்தேன்*
*வேகமாக வேண்டிக் கொண்டேன்*
*நாசுக்காக உங்களிடம்*
*என் வேண்டுகோளை வைத்தேன்.*

*நீங்கள் எனக்குக் காதுகொடுக்கவில்லை.*
*பழமையோடு ஒட்டிக்கொண்டே இருக்கிறீர்கள்,*
*பழைய மதிப்பீடுகளை நம்பிக் கொண்டு*
*அவற்றிற்கு மிக விநோதமான அர்த்தங்களைக்*
*கண்டுபிடித்துக்கொண்டு இருக்கிறீர்கள்.*

*செத்துப்போனவைகளுக்கு*
*மீண்டும் உயிர்கொடுக்கும் முயற்சியில்*

புதியவைகளைக் கொலை செய்யும்
புதுமுறைகளைத் தேடுகிறீர்கள்.
பழைய வாள்களைத் தீட்டிக் கொண்டிருக்கிறீர்கள்
நான்
இப்போதும் அமைதியாக இருக்கவேண்டுமா?
மிருகத்தனத்துடன், இரக்கம் ஏதுமற்று

திடீரெனப் பரவிய கொடிய அழிவைப்போல்
அழிக்கும் தேரில்
காட்டுத்தனமான உணர்ச்சிகளைக்
குதிரைகளாகப் பூட்டி
சினத்தைச் சாட்டையாக்கிக் கொள்ளட்டுமா?
இந்திய குருக்ஷேத்திரத்தில்
ஆயுதம் தாங்கிய புரட்சியின்
தேர்ப்பாகனாவேன்
புதிய யுகத்திற்கான பகவத்கீதையை
நான் கண்டுபிடிப்பேன்
நெருப்பைப் பேச வைக்கவும்
குருதியைப் பாட வைக்கவும்
என்னால் முடியும்,

★

**கமலாதாஸ் / ஆங்கிலம்**

## பெயரைக் கெடுத்துக்கொள்ளாதே

எனக்கு ஒரு பெயருண்டு
வசதிக்காக யாராலோ தேர்ந்தெடுக்கப்பட்ட அதனை
முப்பது ஆண்டுகளாகத் தாங்கி வருகிறேன்
உன் பெயரைக் கெடுத்துக்கொள்ளாதே
என்று நீங்கள் சொல்கிறபோது
சிரிக்க வேண்டும் போல் தோன்றுகிறது.
ஏனெனில்
எனக்கு என்று வாழ்வதற்கு
ஒரு வாழ்க்கை இருக்கிறதென்று
எனக்குத் தெரியும்.

எனக்குள்ளிருக்கும் ஒவ்வொரு அசைவிற்குள்ளும்
வாழ்வதற்கென்று ஒரு வாழ்க்கை இருக்கிறபோது...
ஏன் இந்த இனிமையான ஓசையிடும் பெயரை
நினைவில் வைத்துக் கொள்ள வேண்டும்?

எனக்குத் தகுதி இல்லாமலேயே
என்மீது குத்தப்பட்டிருக்கும்
ஒரு பதக்கத்தைப் போன்ற இந்தப் பெயரை
எனக்குள்ளிருக்கும் அனைத்துமே
சேர்ந்து எரிகிற இந்த நேரத்தில்
நான் ஏன் சுமந்து திரிய வேண்டும்?

நீங்கள் மிகவும்
அற்பத்தனமாக என்னைக் கேட்கிறீர்கள்
இந்தப் பெயர் என்னும் பரிசை
ஒரு பிணத்தைப் போல் சுமந்துகொண்டு
சிலநேரங்களில் இடறிவிழுந்துகொண்டு
ஏன் அப்படிச்
சுமந்து திரிய வேண்டும்?

நான்
வாழ்க்கை எனும் பரிசை
வேறெதைக் காட்டிலும் அதிகமாக
நேசிக்கிறேன்.

**சௌரிந்ரா பரிக் / ஓரியா**

## உச்சரிக்கப்படாத வார்த்தைகள்

நான் சொல்லத்தான் போனேன்
சொல்லிவிட்டே இருப்பேன்
ஆனால் சொல்ல இயலவில்லை
எல்லாம் சொல்லப்படாமலேயே தங்கிவிட்டன

நீ
அமைதியான நெருப்பில்லாத
ஒரு அழைப்பு.
ஒருவன் சாதாரணமாக உன்னிடம் ஓடிவருகிறான்.
ஆனால் பேச முடிவதில்லை.
நெருப்பில் குதிக்கப்போகிற எளிய பூச்சி
நெருப்பிடம் ஏதேனும் சொல்கிறதா?

நீ
என் இதயத்தில்
ஒரு பொய் போன்ற உண்மையாகத்
தங்கிவிட்டாய்.
கண்ணாடியில் தெரியும் நிலவைப்போல்.

நான் உன்னிடம் சொல்லியிருப்பேனெனில்
இதயத்தின் பாரம் இறங்கியிருக்கும்.
ஆனால்
வேறு எதுதான் நெஞ்சில் தங்கி இருக்கும்?

நான் சொல்லத்தான் போனேன்
சொல்லிவிட்டே இருப்பேன்
எல்லாம் சொல்லப்படாமலேயே தங்கிவிட்டன.

★

**எம். கோவிந்தன் / மலையாளம்**

## மழைக்கால ஆறாக மாறினால்... என் காதலனே

*நான் ஒரு மழைக்கால ஆறாக மாறி*
*உன் நெருங்கிய அணைப்பிலிருந்து*
*நழுவி ஓடுவேன் ஆயின்*
*என் காதலனே*
*நீ என்ன செய்வாய்?*

*“அந்த ஆற்றின் கரையாக இருந்து*
*உன்னை எனக்குள் ஓடச் செய்வேன்”*

*அலையின் உச்சியில் சவாரி செய்யும்*
*ஒரு நீர்க்குமிழியாக*
*நான் மாறிவிட்டால் நீ என்ன செய்வாய்*
*என் காதலனே?*

*“கடல் காற்றாகவோ, சூரிய ஒளியாகவோ மாறி*
*காதலின் வெதுவெதுப்போடு*
*உன்னைத் தடவிக் கொடுப்பேன்”*

*கந்தர்வ அரசன் ஒருவன்*
*என்னைக் கவர்ந்து போய்*
*பொன் மாளிகையில் சிறைவைப்பானெனில்*
*நீ என்ன செய்வாய்*
*என் காதலனே?*

"நான் ஒரு கருடனாக மாறி
கந்தர்வனைத் தாக்குவேன் உனக்காக"

தொலைதூர வனம் ஒன்றில்
அகலியையாகத் திடீரென்று
கற்சிலையாய் நான் சமைந்து விட்டால்
நீ என்ன செய்வாய்?

"இந்திரனைக் கொலை செய்து
உன்னை மீட்டு எடுப்பேன்
அதில் நான் தோல்வியுற்றால்
வாழ் நாள் முழுவதும்
உன்னை வணங்கிக் கொண்டிருக்கும் வகையில்
உனக்காக
ஒரு கோயில் கட்டுவேன்
என் அன்பே!"

★

**ஷாந்தா ஜே. ஹெல்கே / மராத்தி**

# கல்லுக்குள் சிற்பம்

கரடுமுரடான கருப்புப்பாறை
தன் இதயத்துக்குள் இருக்கும்
அழகிய உருவத்தை உணர்ந்தது

அதுதான் சிற்பம் என்று உணர்ந்து கொண்டவுடன்
இரவும் பகலுமாய்
துகள்களை உதிர்க்கத் தொடங்கியது.

மூங்கில்
தான் ஒரு புல்லாங்குழல் என்று
புரிந்து கொண்டவுடன்
அதன் உடம்பில்
துளைகள் உண்டாயின.

உடனே
ஏழு ஸ்வரங்களின் வடிவில்
அதன் கனவுகள் எதிரொலித்தன.
அந்த நிமிடத்தில்
அது தனது
வேர்கொண்டதனத்தை
இழந்தது.

★

**ஏ. அஃபசல் / உருது**

## பார்வை இழக்கும் நேரம்

*கழுத்தில் குத்துவாள்கள் வைக்கப்பட்டிருக்கும் போது*
*யார்தான் வாயைத் திறப்பார்கள்?*

*அவர்கள் பலாத்காரம் செய்யட்டும்*
*அல்லது*
*உதடுகளைத்தான் பூட்டட்டும்*

*அப்போதும்*
*நிர்வாணி நிர்வாணிதான்.*

*நான் மற்றவர்களின்*
*எந்த விருப்பத்தினாலும் பிணைக்கப்பட்டு இல்லை*
*நீங்களும் தான்.*
*நாம் குருதி ஆற்றில்*
*கைகளைக் கழுவுவோம் வாருங்கள்.*

*அவர்கள் வசதிகளுடன் இருந்துகொண்டு*
*என்னைப் பொய்யன் என்று அழைக்கிறார்கள்.*
*இங்கே ஒரு திட்டம் இருக்கிறது.*

எந்தப் பிடிமானமும் இங்கே இல்லை
நான் யாரைப் பார்த்துக் கேட்பது?
என்னதான் வேண்டப்படுகிறது?

உங்கள் கண்பார்வை போய்விட்டது
எனது கண்பார்வை போய்விட்டது
வெறும் இருட்டு
நாம் பார்வைகளை இழக்கும் நேரம் இது,

★

**சந்திரசேகர் பாட்டீல் / கன்னடம்**

## தாகம் தீர்க்கும் நெருப்பு

*இங்கே எனக்குப் பக்கத்தில் கிடக்கிறது*
*மற்றொரு உடம்பு*
*பரந்து, என் உடலுக்கு இணையாக*
*கிடந்து அழுகிறது.*
*இது உன்னுடையது*
*கட்டி அணைத்துக்கொள், அணைத்துக்கொள்.*

*புரண்டு*
*அதைத் தொட்டபோது கொதிக்கிறது.*
*அது என்னைக் குளிர்விக்கிறது.*
*நெருங்கினால் நெருப்பு தன் தாகம் தீர்க்கிறது*
*பின்னர்*
*குளிர்மயக்கம் கொண்ட உறக்கம்*
*என்னை எழுப்புகிறது*

*இரவின் வயிற்றுக்குள்*
*மெதுவாக நுழைகிறபோது*
*பகலின் தூக்கக் கலக்கம்*
*என்னை எழுப்புகிறது*

*துடிக்கும் நாடியும், குருதிக்குழாய்களும்*

மரத்துப்போகின்றன.
எரியும் குளிரின் கீழே
உடம்பு மலர்கிறது
நான் செய்வதெல்லாம்
காற்றோட்டமான என் கனவுகளில்
முணுமுணுப்பதுதான்.

ஆனால்
நீ யார்?
என் கனவுகளின் மறுகோடியில்
குலுங்கிச் சிரிக்கும் நீ யார்?
நான் காதலித்தேனே ஒருத்தியை
அவளா நீ?
அல்லது
என்னைக் காதலித்தாளே
ஒருத்தி அவளா நீ?

★

**சௌமித்ரா மோகன் / இந்தி**

## சூரியக் குளியல்

இப்போது இது
ஒளி நுழையும் உடம்பு.
வெறுப்பு, புழுக்கம், இருட்டு
எதுவும் என்னை இப்போது அண்டாது.
ஒளிப் பாலத்தின் கீழே
நான் ஓய்வெடுக்கிறேன்.
அழகுற அமைக்கப்பட்ட சொற்களை
அடையாளம் தெரியாத ஒரு பிணத்தைப்போலத்
தூக்கி எறியுங்கள்.
நதிகள், ஈரமான தெருக்கள், கொதிக்கும் மணல்
அனைத்தும்
ஒரே நேரத்தில் எனக்குள் வாழ்கின்றன.
என் உடம்பில் எதிர்ப்பு எதுவும் இல்லை.
புனிதத்துவமான ஒழுங்குமுறை
எதுவும் கிடையாது.
என் உடம்பை
உன் மேலாய் ஆக்கி விளையாடு
இது ஒரு அழைப்பு.

நான் ஒரு ஒளிபுகும் உடம்பு
நான் எனது மேலுறைகள் அனைத்தையும்
தவிர்த்து விட்டேன்.
ஒழுங்கு முறையை உண்டாக்க
என் காலடி எடுத்து வைக்க
இங்கே ஏதும்
படிகள் இல்லை.

**வைக்கம் முகம்மது பஷீர் / மலையாளம்**

# ஒரு மனிதன்

உன்னிடம் எந்தக் குறிப்பிட்ட திட்டமும் இல்லை, உன் சொந்த ஊரிலிருந்து மிகத் தொலைவில் நீ சுற்றி வருகிறாய். உன்னிடம் பணம் கிடையாது. அந்த ஊரின் மொழி உனக்குத் தெரியாது. உன்னால் ஆங்கிலமும். இந்துஸ்தானியும் மட்டுமே பேசமுடியும். ஆனால் இந்த இரண்டு மொழிகளும் அங்கிருந்த மிகச்சிலருக்கு மட்டுமே தெரியும். இந்த நிலையில் நீ பல தொல்லைகளில் மாட்டிக்கொள்ளத்தான் செய்வாய். சாகசங்கள் பல நிகழத்தான் செய்யும்.

நீ ஒரு ஆபத்தான நிலையில் இருக்கிறாய். முழுக்க முழுக்க உனக்கு அறிமுகமில்லாத ஒருவன் உன்னைக் காப்பாற்றுகிறான். அதன் பிறகு பல ஆண்டுகள் கழிந்துவிட்டபோதிலும் நீ சில நேரங்களில் அவனை நினைத்துக்கொள்ளத்தான் செய்வாய்... அவன் ஏன் அப்படிச் செய்ய வேண்டும்?

இப்போது நான் சொல்வதெல்லாம் உங்களுக்கு அல்ல, எனக்கு என்று வைத்துக்கொள்ளுங்கள். நான்தான் அந்த மனிதனை நினைவில் வைத்திருக்கிறேன். எனக்கு நிகழ்ந்த ஒரு அனுபவத்தை நான் சொல்கிறேன். மனிதர்களைப் பற்றி– என்னையும் சேர்த்து நான் சில கோட்பாடுகளை வைத்திருக்கிறேன்.

என்னைச் சுற்றிலும் நல்ல மனிதர்கள். திருடர்கள், தொத்துநோய் பிடித்தவர்கள், பைத்தியக்காரர்கள். உலகில் நாம் ஒவ்வொருவரும் மிக ஜாக்கிரதையாக வாழவேண்டும். உலகில் நல்லவைகளைக் காட்டிலும் தீயவை மிக அதிகமாக உள்ளன. நாம் காயம்பட்ட பிறகுதான் இதை உணருகிறோம்.

அந்த நிகழ்ச்சியை - அது முக்கியத்துவம் இல்லாததாகக்கூட இருக்கலாம் - நான் இங்கே பதிவு செய்கிறேன்.

என் வீட்டிலிருந்து சுமார் 1500 மைல் தொலைவில் மலைச்சரிவில் ஒரு பெரிய நகரம். அந்த ஊரில் வாழ்பவர்கள் இரக்கத்தின் பண்பை அறியாதவர்கள். கொடூரமானவர்கள். கொலை, கொள்ளை, பாக்கெட்டிலிருந்து பணத்தை அடித்தல் போன்றவை அங்கே அன்றாட நிகழ்ச்சிகள். மரபின்படி அவர்கள் தொழில் ரீதியான சிப்பாய்கள். சிலர் தொலைதூரங்களுக்குச் சென்று வட்டிக்குப் பணம் கொடுத்துக்கொண்டிருந்தனர். மிகப் பலர் பெரிய நகரங்களில் வங்கிகள், ஆலைகள், வியாபார நிறுவனங்கள் ஆகியவற்றில் காவல்காரர்களாக இருந்தனர்.

பணத்திற்கு அவர்களால் அதிக மதிப்பு கொடுக்கப்பட்டது. பணத்திற்காக அவர்கள் எதையும் - கொலையைக்கூட - செய்வார்கள்.

இந்த நகரத்தில், ஒரு அழுக்கான தெருவில் ஒரு சிறிய இருட்டறை ஒன்றில் தங்கி இருந்தேன். நான் அங்கே தொழில் செய்து கொண்டு இருந்தேன். ஒன்பது மணியிலிருந்து இரவு பதினொரு மணிவரையிலும் ஊர்விட்டு ஊர் செல்லும் தொழிலாளிகளுக்கு நான் ஆங்கிலம் கற்றுக்கொடுத்துக்கொண்டிருந்தேன் ஆங்கிலத்தில் முகவரி எழுதுவதற்கு நான் கற்றுக்கொடுத்துக் கொண்டு இருந்தேன். ஆங்கிலத்தில் முகவரி எழுதக் கற்றுக் கொள்வது அங்கே பெரியதொரு படிப்பு. அஞ்சலகங்களில் முகவரி எழுதுபவர்களை நீங்கள் பார்த்திருக்கலாம். ஒரு முகவரி எழுதுவதற்கு ஒரு அணாவிலிருந்து நாலணாவரை அவர்களுக்குக் கொடுக்கப்பட்டது.

என் தலைவிதியிலிருந்து தப்புவதற்காகவும், கொஞ்சம் பணம் சேர்ப்பதற்காகவும் நான் மற்றவர்களுக்கு முகவரி எழுதுவது எப்படி என்று கற்றுக்கொடுத்துக்கொண்டிருந்தேன்.

அந்த நாளில் நான் ஒரு நாள் முழுவதும் தூங்கி மாலை நான்கு மணிக்குக் கண்விழிப்பேன். இது எதற்காக என்றால் காலைத் தேனீர், பகல் சாப்பாடு ஆகிய செலவுகளைக் குறைப்பதற்காகத்தான்.

ஒரு நாள் எப்போதும் போல நான்கு மணிக்கு எழுந்தேன். அன்றாட வேலைகளை முடித்துவிட்டு தேனீருக்காகவும், சாப்பாட்டுக்காகவும் வெளியே புறப்பட்டேன். நான் கோட்டும் சூட்டும் போட்டுக்கொண்டிருந்தேன் என்பதை நீங்கள் புரிந்துகொள்ள வேண்டும். என் கோட்டு பாக்கெட்டில் என் பணப்பை அதில் 14 ரூபாய் - என் வாழ்நாளின் மொத்த சேமிப்பு வைத்திருந்தேன்.

நெரிசல் மிகுந்த சிற்றுண்டிச் சாலையில் நுழைந்தேன். சப்பாத்தியும், மாமிசமும் கொண்ட முழுச்சாப்பாட்டைச் சாப்பிட்டேன். இதற்குமேல் தேனீரும் குடித்தேன். அதற்கான விலை பதினொரு அணாவுக்கு வந்தது.

அதைக் கொடுப்பதற்காக கோட்டு பாக்கெட்டில் கைவிட்டேன். எனக்கு வியர்த்துக் கொட்டியது. சாப்பிட்டதெல்லாம் உடனே ஜீரணமாகிவிட்டது. காரணம் - என் பணப்பை அங்கே இல்லை.

“என் பணப்பையை யாரோ எடுத்துவிட்டார்கள்” நான் சொன்னேன்.

அது மிகவும் சுறுசுறுப்பான சிற்றுண்டி விடுதி, அதன் சொந்தக்காரன் அங்கிருந்தவர்கள் அனைவரையும் திகைக்க வைக்கும்படியான பெரிய சிரிப்பு ஒன்றை வெளியிட்டான். எனது கோட்டின் மார்பு மடிப்பை உலுக்கியபடி சொன்னான், “இங்கே திருட்டுத்தனங்கள் செல்லுபடியாகாது. பணத்தைக் கீழே வைத்துவிட்டுப் போ... இல்லையென்றால் உன் கண் இரண்டையும் வெளியே எடுத்துவிடுவேன்!” -

நான் என்னைச் சுற்றி இருந்தவர்களைப் பார்த்தேன். கருணையான ஒரு முகத்தைக்கூட காணவில்லை. பசித்த ஓநாய்களின் பார்வை அவர்களிடம் இருந்தது. அவன் என்

கண்ணைத் தோண்டுவேன் என்று சொன்னால் நிச்சயமாகத் தோண்டியே விடுவான்.

நான் சொன்னேன், “என் கோட்டு இங்கே இருக்கட்டும். நான் போய் பணத்தைக் கொண்டு வருகிறேன்.”

விடுதிக்காரன் மீண்டும் சிரித்தான்.

அவன் என் கோட்டை அவிழ்க்கச் சொன்னான்.

நான் அவிழ்த்தேன்.

அவன் என் சட்டையை எடுக்கச் சொன்னான்.

நான் சட்டையை எடுத்தேன்.

என் இரண்டு காலணிகளையும் கழற்றச் சொன்னான். கழற்றினேன். எனவே அவன் முடிவு எல்லாம் என்னை அம்மணமாக்குவது. கண்களைப் பிடுங்கி, என்னை நிர்வாணமாக வெளியே அனுப்புவது.

“நான் உள்ளே ஒன்றும் போட்டிருக்கவில்லை” என்று சொன்னேன். என் கைகள் நகரமறுத்தன. ஒரு மனிதன், கும்பலின் நடுவே முழு நிர்வாணமாக. கண்கள் இல்லாமல் நிற்பது என்பதைக் கற்பனையில் பார்த்தேன். வாழ்க்கை அப்படித்தான் முடியப்போகிறது. அது முடியட்டும். இதற்காகவெல்லாம்... நான் கவலைப்படவில்லை... உலகைப் படைத்த இறைவனே, என் இறைவனே... நான் ஒன்றும் சொல்வதற்கில்லை, எல்லாம் முடிந்துவிடும்.

நான் என் காற்சட்டைப் பொத்தான்களை ஒவ்வொன்றாகக் கழற்றத் தொடங்கினேன். திடீரென்று ஒரு குரலைக் கேட்டேன். “நிறுத்துங்கள். நான் அந்தப் பணத்தைக் கொடுக்கிறேன்.

குரல் வந்த திசையில் எல்லோரும் திரும்பினார்கள். அழகிய மனிதன் ஒருவன்; ஆறடி உயரம், சிவப்புத் தலைப்பாகை, வெள்ளைக் காற்சட்டையுடன். சைக்கிளின் ‘ஹாண்டில் பார்’ போன்ற மீசையுடன், நீலக்கண்களும் அவனுக்கு இருந்தன. நீலக்கண்கள் அங்கே சகஜம். அவன் முன்னால் வந்து, “அந்தப்

பணம் எவ்வளவு என்று சொன்னாய்?" என்று விடுதிக்காரனைக் கேட்டான். "பதினொரு அணாக்கள்."

அவன் பணத்தைக் கொடுத்தான். என்னைப் பார்த்துச் சொன்னான்.

"உன் உடைகளை அணிந்துகொள்."

நான் அணிந்துகொண்டேன்.

"வா" அவன் என்னைக் கூப்பிட்டான். நான் அவனுடன் சென்றேன்.

என் நன்றியைத் தெரிவிக்க எனக்கு வார்த்தைகள் கிடைத்தனவா என்ன? நான் அவனிடம் சொன்னேன்.

"நீங்கள் மிகப் பெரிய காரியம் செய்து இருக்கிறீர்கள். உங்களைவிட நல்ல மனிதனை நான் பார்த்ததில்லை."

அவன் சிரித்தான்.

"உன் பெயரென்ன?" அவன் கேட்டான். நான் என் பெயரையும் எங்கிருந்து வருகிறேன் என்பதையும் சொன்னேன்.

நான் அவன் பெயரைக் கேட்டேன்.

"எனக்குப் பெயர் கிடையாது" அவன் சொன்னான்.

"அப்படியானால், உன் பெயர் இரக்கம் என்பதாகத்தான் இருக்க வேண்டும்" என்று நான் சொன்னேன்.

அவன் சிரிக்கவில்லை. மேலே நடந்தான். நாங்கள் ஒரு தனிமையான பாலத்தை அடைந்தோம்.

அவன் சுற்றுமுற்றும் பார்த்தான். சுற்றி யாரும் இல்லை "இதோ பார். நீ திரும்பிப் பார்க்காமல் போய்விட வேண்டும். யாராவது என்னை நீ பார்த்தாயா என்று கேட்டால், இல்லை என்று சொல்ல வேண்டும்." நான் புரிந்து கொண்டேன்.

அவன் தனது பல்வேறு பாக்கெட்டுகளிலிருந்து ஐந்து பணப்பைகளை எடுத்தான். ஐந்து!... அவற்றில் என் பணப்பையும் இருந்தது.

"இவற்றில் எது உன்னுடையது?"

நான் என் பணப்பையைக் காட்டினேன்.

"அதைத் திற."

நான் அதைத் திறந்தேன். என் பணம் அங்கு பத்திரமாக இருந்தது. அதை என் பாக்கெட்டில் வைத்துக் கொண்டேன்.

அவன் சொன்னான், "போய் வா, கடவுள் உனக்கு உதவி செய்யட்டும்."

நானும் அதையே திருப்பிச் சொன்னேன்.

"கடவுள்... உனக்கு உதவி செய்வாராக!"

★

**செரபண்டராஜூ / தெலுங்கு**

## ஐயா, கொஞ்சம் சொல்லுங்கள்

*ஐயா எங்கள் சாதி எது?*
*சாமி எங்கள் சமயம் எது?*

*உங்களுக்காக ஒரு வீட்டை நாங்கள் கட்டுகிறபோது*
*களிமண்ணைப் பிசைந்து செங்கல் செய்கிறபோது*
*உங்களுக்காகத் தானியமூட்டைகளைச் சுமக்கிறபோது*
*காலி வயிற்றுடன் நிலத்தை நாங்கள் உழுகிறபோது*

*ஐயா எங்கள் சாதி எது?*
*சாமி எங்கள் சமயம் எது?*

*புகைக்கூண்டுகளைப்போல் எங்கள் குடல்கள்*
*ஆவியையும், நெருப்பையும் கக்குகிறபோது*
*காசநோயால் இருமிக் கொண்டு*
*மலைபோல் நிலக்கரியைத் தோண்டி எடுக்கிறபோது*

*ஐயா எங்கள் சாதி எது?*
*சாமி எங்கள் சமயம் எது?*

தீய்ந்துபோன ரொட்டி மண்டைகளைத் தின்று கொண்டு
ஈரமான நிலத்தை நாங்கள் கிளறியபோது
எரிக்கும் வெயிலில் சாமி சிலைகளை
நாங்கள் செதுக்கியபோது

ஐயா எங்கள் சாதி எது?
சாமி எங்கள் சமயம் எது?

கோயிலுக்கு நீங்கள் பூக்களை எடுத்துச் செல்வதற்காக
பூக்கூடைகளை நாங்கள் முடைகிறபோது
நீங்கள் ஸ்ரீராமஜெயம் எழுதுவதற்காக
காகிதங்களை நாங்கள் செய்கிறபோது

ஐயா எங்கள் சாதி எது?
சாமி எங்கள் சமயம் எது?

மிருகங்களை நாங்கள் சாகடித்து
உங்களுக்காகச் செருப்புகளைச் செய்கிறபோது
உண்பதற்கு சிறு பருக்கை கூட இல்லாமல்
உங்களுக்காக நாங்கள் பானைகள் செய்கிறபோது

ஐயா எங்கள் சாதி எது?
சாமி எங்கள் சமயம் எது?

நீங்கள் சாமியார்களாவதற்காக
உங்கள் தலைகளை நாங்கள் மொட்டையடித்தபோது
உங்கள் அழுக்குத் துணிகளை
மல்லிகைப் பூ வெண்மையாக நாங்கள் துவைத்தபோது

ஐயா எங்கள் சாதி எது?
சாமி எங்கள் சமயம் எது?

உங்களது நீண்ட கதைகள்
அழுகிப் போய்க் கொண்டிருக்கின்றன
இன்னும் கதைகள் தேவையில்லை
நோய் பிடித்த உங்கள் ரதம்
இனியும் ஓடாது
அது உடைந்து விட்டது

*ஐயா எங்கள் சாதி எது?*
*சாமி எங்கள் சமயம் எது?*

நீங்கள் எங்களைச்
சாதிகளாகப் பிரித்துவைத்தீர்கள்.
சாதிகளுக்குள்
கோத்திரங்களாய்ப் பிரித்தீர்கள்.
ஆனால்
உழைக்கும் நாங்கள்
ஒன்று சேர்ந்து கை பிணைத்து நின்றுவிட்டால்

*ஐயா எங்கள் சாதி எது?*
*சாமி எங்கள் சமயம் எது?*

★

## தேவேந்திர சத்யரதி / பஞ்சாபி

# தாய்நிலம்

நிலம் எனும் நல்லாள்
வயது முதிர்ந்த கிழவி அல்ல.

ஓ, கோதுமை மணியே!
ஓ, பஞ்சாக மாறிய மலரே!

நிலம்
ஒரு வயதான கிழவி அல்ல.
புதிய உடைகளுடன் இளமையாக
அவள் எழுந்து நிற்கிறாள்.

இந்த நிலம்
கன்றை ஈன்ற ஒரு பசு
அவள் மகிழ்ச்சியாக இருக்கிறாள்
புதிதாகப் பிறந்தவைகளின்
சிறிய வாய்களில்
தனது பால் முழுவதும்
ஊற்றப்பட வேண்டுமென்று விரும்புகிறாள்.

★

**ரஹ்மான் ராஹி / காஷ்மீரி**

## பாதி சொல்லப்பட்ட கதை

என் பார்வை அவள் மீது விழுந்தபோது
அவள்
பேருந்து நிலையத்தின் மேல் முகட்டுக்
கூரையை மேய்ந்து கொண்டிருந்தாள்.
சாலை முழுவதும் பைத்தியங்களைப் போல்
வாகனங்கள் ஓடிக்கொண்டிருந்தன.
அவள் சூரியனுடன் பேசிக் கொண்டிருந்தாள்
என்னுடன் அல்ல
அவள் அவனிடம்
உண்மையைச் சொல்லி இருக்க வேண்டும்:
“உன் வார்த்தைகளைக் கவனி”
அவை என்னுடன் தோழமை கொண்டுள்ள
பறவைகளைப் போல் அல்ல.
அவை தெய்வங்கள்
சுழலில் சுழலும்; அலைகளில் புரளும்;
எண்ணெயில் மிதக்கும்; பாறையாய் அமிழும்;
(ஆனால்)
ஈரமாகா; வலியறியா.
மற்றவர்களுக்கு வணக்கம் சொல்ல

விரும்பாதவை.
தாம் என்ன சொல்கிறோம் என்று கவலைப்படாதவை.

ஏனென்று தெரியவில்லை
அவள் திடீரெனத் திரும்பி
ஓர் அழகை உதிர்த்தாள்.
பிறகு எனது இதே செவிகளால் கேட்டேன்:
'திருப் தீ, திருப் தீ'
அதாவது
ஓ ஆண்களே, பெண்களே
எனது கிளி
என்னிடமிருந்து தப்பித்துப் பறந்து விட்டது.
நீங்கள் அதைப் பார்க்க நேர்ந்ததா?
நான் இப்படிச் சொல்லியிருப்பேன்
என்று தோன்றியது:

"கொஞ்ச காலம் என்னுடன் வாழ்ந்து பார்.
நீ அந்தக் கிளியின் மீது
எவ்வளவு அன்பு வைத்திருப்பாய் என்று
எங்களுக்கு நினைவில்லை"

நான் சொல்லியிருப்பேன் என்று தோன்றியது.
"நீ நம்பவில்லையா?
நாங்கள் சிறு அதிர்வுகூட இல்லாத
காலி மார்பைக் காட்டுகிறோம்.
கீச் கீச் இல்லை; பறத்தல் இல்லை;
அலகால் குத்துதல் இல்லை"

"நேயர் விருப்பத்தால்
உதடுகளை ஈரப்படுத்திக் கொண்டு
பரவசத்தில் கைகளை முறுக்கிக்கொண்டு...
எனக்குத் தோன்றியது...
குதிரை வண்டியின்
உரத்த கனைப்புச் சத்தம்.
பறக்கும் அலைகளின் வேகம்
அழகு போய்விட்டது.

நானும் அந்த நெரிசலான குகைக்குள்
நுழைந்தேன்.
மனிதர்களுடன் அமர்ந்தேன்.
- மனிதர்கள் அல்ல கடவுள்கள்.

சுறுசுறுப்புடன் வணக்கமும் வாழ்த்தும் சொன்னபடி
யாரும் என்னிடம்
இவ்வாறு வினவவில்லை

“பேருந்து நிலையத்தில்
உன்னுடன் யாரேனும்
பேசினார்களா
அல்லது
மணலை மென்றார்களா?”

★

**சித்தலிங்க பட்டன ஷெட்டி / கன்னடம்**

## தீண்டத்தகாதவர்கள்

*'நாய்கள் ஜாக்கிரதை'*
*அந்த எழுத்து தகரத்தின் பின்னால்*
*ஒளிந்து கொண்டு*
*நீங்கள் எங்களை பயமுறுத்தத்தான் வேண்டுமா?*
*நாங்கள் வெறுமனே சாலையில் போகிறோம்.*
*அமைதி சகிக்க முடியாததாகி விடுகிறபோது மட்டுமே*
*நாங்கள் பேசுகிறோம்.*
*அழாமல் இருப்பதற்காகவே*
*சிரிக்கிறோம்*
*உங்கள் வேட்டை நாய்களை*
*எங்கள் மீது ஏவி விடப்போவதாக*
*நீங்கள் எங்களைப் பயமுறுத்தத்தான் வேண்டுமா?*
*உங்களிடம்*
*எங்களை வேட்டையாட நாய்கள் உள்ளன.*
*வேட்டை நாய்களின்,*
*கார்களின்,*
*ஆடம்பர ஓட்டல்களின்*
*எஜமானர்கள் நீங்கள்.*

இந்த மற்றொரு பக்கத்தில்
நாங்கள் தீண்டடத்தகாதவர்கள்.
நீங்கள் எங்களை
அந்நியர்களாகப் பார்க்கத்தான் வேண்டுமா?
நூற்றாண்டுகளாக
நம் இருவருக்குள் இருந்து வரும்
தொடர்பை மறந்து விட்டீர்களா?

பாபிலோனியாவில் நாங்கள்
உங்கள் கருவிகளுடன் உழைத்தோம்.
சந்தைகளில் நீங்கள் எங்களை விற்றீர்கள்.
அடிமைத்தனத்தின் மூட்டைகளை முதுகில் சுமந்தோம்.
எங்கள் குழந்தைகளை இதனால் பயமுறுத்தினீர்கள்
நீங்கள்
சமாதானம் செய்து கொள்ள வந்தது
உண்மைதான்.

எங்கள் மொழி
உங்களுக்குப் புரியவில்லை என்றா சொல்கிறீர்கள்
இதற்கு நாங்கள் என்ன செய்ய முடியும்
விருப்பத்திற்கு மாறாக
ஒரு நாள் அதை நீங்கள் புரிந்துகொண்டுதான்
தீரவேண்டும்.

நீங்கள் அதை ஏன் புரிந்துகொண்டோம் என்று
வருந்தத்தான் செய்வீர்கள்.

ஆனால் அது எங்கள் நோக்கம் அல்ல.
வெறித்தனமாக நீங்கள் அழத்தான் வேண்டுமா?
உங்கள் அதிகாரத்தின் கீழே
இலக்கியம், பண்பாடு, செல்வம், சக்தி
அனைத்தையும் வைத்துப் பூட்டிக் கொண்டபோது
நீங்கள் ஏன் எரிச்சலடைய வேண்டும்.

புரட்சிகள் வந்தன
புரட்சிகள் போயின

இருப்பினும்
உங்கள் கூட்டம் அதிகரித்துக் கொண்டே இருந்தது.
செழித்துக் கொண்டே இருக்கிறது.
பின்னர் ஏன்
உங்கள் வாய்களில் நுரை தள்ள வேண்டும்

வரலாறு மீண்டும் நிகழப் போவது கிடையாது
நிகழ் காலம் அப்படியே இருக்கப் போவதும் கிடையாது
நமக்கு இதுவரையிலும் தெரிந்திராத ஒன்று
நடக்கத்தான் போகிறது
எங்களுக்கு இது தெரியும்
அதனால் நீங்கள் அஞ்சுகிறீர்கள் என்பதும் தெரியும்.

நீங்கள் இந்த உண்மையைச் சந்திக்கிறபோது
உங்கள் முகம்
பேயறைந்தது போலாகிவிடுகிறது
என்ன செய்வது
அது இயற்கைதானே.

★

**நிரேந்திரநாத் சக்கரவர்த்தி / வங்காளம்**

## சரியான இடத்தில் வை

பெண்ணே
நீ பெற்றவை அனைத்தையும்
பார்வைக்குக் கொண்டு வா.

ஒரு வேட்டைக்காரன்
சுவரில்
காட்டெருமைத் தலையையும், மான் கொம்பையும்
மாட்டி வைப்பது போல
பத்திரமாக, உன் வரவேற்பறையில்
எல்லாவற்றையும் காட்சிப் பொருளாக்கு
பங்கூரா குதிரை
கிருஷ்ணாகர் பொம்மை
ஆகியவற்றை அகற்றிவிட்டு
மற்றவற்றை வை.

நினைவு உன்னை விடுதலை செய்யாது
உன் காலடிகளை அது தொடர்ந்துவரும்
நினைவின் இருதயத்தைப் பிளந்து
நீ ஒருகாலத்தில் வென்ற

ரத்தக்கறைபடிந்த விருதுகளை
வெளிக்கொண்டு வா

பெண்ணே
பிறகு அவை அனைத்தையும்
கண்ணாடி அலமாரிக்குள்
பக்கத்தில் பக்கத்தில் அடுக்கிவை.

எல்லாவற்றையும் சரியான இடத்தில் வை
கவிதை
பெருமூச்சு
வலி
முத்தங்களின் முணுமுணுப்பு
அனைத்தையும்

## நிசிம் இசிகீல் / ஆங்கிலம்

# தேள் கடித்த இரவு

என் அம்மாவைத் தேள்கடித்த
அந்த இரவு எனக்கு நினைவிருக்கிறது
பத்து மணி நேரமாக அடித்த மழை
அதை அரிசி மூட்டைக்கு அடியில்
ஊர்ந்து வரச் செய்து விட்டது
விஷம் பீய்ச்சும் அதன் பேய்த்தனமான வாலை
இருட்டறையில் விட்டுவிட்டு
அது மீண்டும்
மழையின் அபாயத்தை எதிர்கொண்டது.

ஈக்கள் கூட்டம் போல் குடியானவர்கள் வந்தனர்.
கெட்டதை ஓயச் செய்வதற்காக
இறைவன் பெயரை நூறுமுறை ஒலித்தனர்.
மெழுகுவர்த்திகளுடனும், லாந்தர் விளக்குகளுடனும்
சூரியன் எரித்த சுவரில்
பெரிய பெரிய தேளின் நிழல்களை வீசிக்கொண்டு
தேளைத் தேடினார்கள்.
அது கிடைக்கவில்லை.

நாக்குகளைத் தட்டிக்கொண்டனர்.
தேள் தன் விஷத்தை அம்மாவின் இரத்தத்தில்
நகரச் செய்கிறதென்று சொன்னார்கள்.

அது வெறுமனே இருக்க வேண்டுமெனச்சொன்னார்கள்:
உனது முற்பிறவியின் பாவங்கள் அனைத்தும்
இந்த இரவில் எரிந்து போகட்டும்
என்று சொன்னார்கள்.

உனது இந்தத் துன்பம்
அடுத்த பிறவியின் துரதிருஷ்டங்களைக்
குக்கட்டும் என்று சொன்னார்கள்.

உனது வலியினால்
இப்பொய் உலகின் தீயவைகளின் மொத்தமும்
நல்லவைகளின் மொத்தத்தைக் காட்டிலும்
குறையட்டும் என்று சொன்னார்கள்.

ஆசை கொள்ளும் உன் உடம்பையும்
பேராசை கொள்ளும் ஆன்மாவையும்
இந்த விஷம் தூய்மைப்படுத்தட்டும்
என்று சொன்னார்கள்,

ஒவ்வொரு முகத்திலும் புரிந்து கொண்ட அமைதியுடன்
அம்மாவை நடுவில் அமர்த்தி
சுற்றிலும் தரையில் அவர்கள் உட்கார்ந்தனர்.

இன்னும் மெழுகுவர்த்திகள், இன்னும் லாந்தர்கள்
இன்னும் அக்கம்பக்கத்தினர், இன்னும் பூச்சிகள்
முடிவில்லாத மழை
வரண்டு புரண்டு முனகிக்கொண்டு
பாயின் மீது அம்மா.

மதத்தைச் சந்தேகிக்கும், பகுத்தறிவுவாதியான
என் தந்தை
ஒவ்வொரு சாபத்தையும், ஆசீர்வாதத்தையும்
துளை, கலவையை, சருகை, புதுக்கலவையை
முயன்றுகொண்டு இருந்தார்.

அவர் அம்மாவின் காலில், கடிவாயில்
கொஞ்சம் மெழுகை ஊற்றினார்.
தீக்குச்சி கிழித்து வைத்தார்.
நான்
அவளின் கால் மீது நெருப்பு மறைவதைப்
பார்த்துக் கொண்டிருந்தேன்.

மந்திர உச்சாடனத்தினால் விஷத்தைக் கட்டுப்படுத்த
முயன்ற பூசாரியைக் கவனித்துக் கொண்டிருந்தேன்.
இருபது மணி நேரத்திற்குப் பிறகு
கொட்டியவலி மறைந்தது.

அம்மா சொன்னாள்;
'நல்ல வேளை.
தேள் என்னைக் கொட்டியது.
என் குழந்தைகளை விட்டுவிட்டது
இதற்காகக்
கடவுளுக்கு நன்றி.'

★

தயா பவார் / மராத்தி

# ஒரு தலித்தின் கதை

அவன் தனியாக இருக்கும் போதெல்லாம் நாங்கள் இருவரும் தவறாமல் சந்தித்துக் கொள்வோம். நினைவு தெரிந்த நாளிலிருந்து அவனை எனக்குத் தெரியும். ஒரு மனிதன் தன் நிழலைத் தெரிந்து வைத்திருப்பது போல் அவனை நான் தெரிந்து வைத்திருந்தேன்.

வானம் கருத்திருந்தாலோ, மேக மூட்டத்துடன் இருந்தாலோ ஒருவனுடைய நிழல் மறைந்து போவதுபோல, அவன் என் பார்வையிலிருந்து அடிக்கடி மறைந்து போனான். இப்போதைய சில ஆண்டுகளாக அவன் கூட்டத்தைக் குறிப்பாக விரும்பத் தொடங்கி இருந்தான். அவன் எப்போதும் யாருடனாவது அல்லது ஒரு பொதுக் கூட்டம், மாநாடு போன்றவற்றிலாவது இருந்தான்.

அன்று அதைப்போல் ஒரு நாள் தான். ஏதோ ஒரு மண்டபத்தில் ஏதோ ஒரு சமூகக் கேள்வி பற்றிய ஒரு விவாதம். எல்லா முக்கியமானவர்களும் மேடையில் இருந்தனர். அந்தக் கூட்டத்தில் ஒரு நாற்காலியில் அவன் சுருங்கிப் போய்க் கிடந்தான். அவன் பேச வேண்டிய முறை வந்தது. அவன் உயிரின் ஆழத்திலிருந்து விவாதங்களை எடுத்து வைத்துக் கொண்டிருந்தான். அவன் வாதம் பலரைக் கவர்ந்தது.

கைதட்டல் கூட இருந்தது. கூட்டம் முடிந்தது. அவன் என்னிடம் வந்து கேட்டான்.

“என் பேச்சு எப்படி இருந்தது?”

“நீ மிக நன்றாகப் பேசினாய். ஆனால் என்னிடம் ஒன்றை நீ சொல்ல வேண்டும் நீ எப்போதுமே மகிழ்ச்சியுடன் இருப்பதில்லை. எப்போதும் சலித்துப்போய் இருக்கிறாய். உன் முகம் ஒரு வில்லின் நாண் போல விறைப்பாகவே இருக்கிறது.”

“நீ என்னை நீண்ட நாள்களுக்குப் பிறகு மடக்கிப் பிடித்து விட்டாய். நான் என்றாவது எதையாவது உன்னிடம் மறைத்தது உண்டா?”

“உன் பேராசிரிய நண்பர்களில் ஒருவர் நீ ஒரு தலித் பிராமணனாக இருப்பதைப் பற்றி உன்னைச் சலித்துக் கொண்டிருக்கிறார்.”

“நல்லது. அவர் சொல்வதில் கொஞ்சம் அர்த்தம் இருக்கிறது. பொது மக்களின் கண்களுக்கு ஒரு மகிழ்ச்சியான மனிதனின் சட்டையை நான் அணிந்துகொண்டிருக்கிறேன். யாரும் அப்படித்தான் நினைப்பார்கள்.”

மாதம் ரூபாய் எழுநூறு, எண்ணூறு சம்பளம் வரும் அரசாங்க வேலை எனக்கு இருக்கிறது - அது ஒரு தணிக்கை அதிகாரியின் வேலையும் கூட.

எனக்கு பள்ளியில் படிக்கும் இரு பெண்கள் உள்ளனர். என்னைச் சுற்றிவிளையாடும், நாளை என் பெயரை இழுத்துச் செல்லும் மகனும் உண்டு. என் பெரிய பெண்ணுக்குத் திருமணம் ஆகிவிட்டது. சென்ற ஆண்டு அவளுக்குக் குழந்தை பிறந்தது. எனக்கு நாற்பது வயது ஆவதற்குள்ளேயே நான் தாத்தாவாகி விட்டேன். எல்லாம் எந்த வழியில் செல்லவேண்டுமோ அதே வழியிலேயே செல்கின்றன. கொடி அதற்கான பந்தலுக்குள்ளேயே படர்ந்திருக்கிறது.

“சரி இன்னும் ஏன் சோகமாக இருக்கிறாய்? நீ இழந்திருப்பதுதான் என்ன?”

“உனக்கு தொப்பியைத் தொலைத்துவிட்ட இடைப் பையனின் கதை தெரியுமா?”

நான் தலையசைத்தேன். அவன் சொல்லத் தொடங்கினான்.

“ஓர் இடையனின் மகன் தன் தொப்பியைத் தொலைத்து விட்டான். அவனுக்கு எப்போதும் அதைப் பற்றியே நினைவு. சாப்பிடும்போதும், குடிக்கும்போதும் தொப்பி அவன் முன்னால் வந்து நின்றது. அதனால் அவன் எப்போதும் வருத்தமாக இருந்தான். ஒருநாள் வழக்கம்போல் மாடுமேய்க்கக் காட்டுக்குப் போனான். நகரத்திலிருந்து ஒரு காதல் ஜோடி அங்கு வந்து இருந்தது. அவர்கள் இருவரும் காதலைப் பற்றிப் பேசுவதை இடைப்பையன் ஒளிந்துகொண்டு கேட்டுக் கொண்டிருந்தான்.

காதலன், காதலியின் கண்களுக்குள் பார்த்துக்கொண்டு சொன்னான், அன்பே, நான் உன் கண்ணில் நிலாவைப் பார்க்கிறேன். என்னால் சூரியனை, மலர்களை, கடலை மலையை, இந்த மகிழ்ச்சியான காடு முழுவதையும் பார்க்க முடியும்.”

இதைக் கேட்டுக் கொண்டிருந்த இடைச் சிறுவன் வந்து கேட்டான் “ஐயா, எனது தொப்பியையும் அந்தக் கண்ணுக்குள் பார்க்க முடிகிறதா?”

“நீ ஒரு தத்துவமேதைபோல அர்த்தங்களுக்கு முகமூடி போடாதே. ஏன் நீ நேரிடையாக என்ன குறை என்று சொல்லக் கூடாது?”

“நான் எப்படி அதை நேரிடையாகச் சொல்லமுடியும் அது ஒரு நாள் பிரச்சினை அல்ல. அது நாற்பது ஆண்டுக்காலப் பிரச்சினை. நான் காலையில் என்ன காய்கறி சாப்பிட்டேன் என்று மாலையில் நினைவு வைத்துக் கொள்ள முடிவதில்லை. எனக்கு அதிக ஞாபக மறதி.

அதனாலேயே நான் உயிரோடு இருக்கிறேன். எல்லாவற்றையும் மறந்துவிட முடிகிறது. இல்லையெனில் என் மூளை வெளியே சிதறியிருக்கும். என் பெண்ணின் பிறந்த நாள் எனக்கு நினைவிருப்பதில்லை. அவர்களின் விருந்தாகனை மனைவிதான் நினைவூட்டுகிறாள்.”

“ஆனால் நீ எனக்குச் சொல்ல வேண்டும். நீ எப்படி வளர்ந்து வந்தாய்? எந்த அச்சில் நீ வார்க்கப்பட்டாய்? என்று நீ சொல்ல வேண்டும்.”

“சரி, எனக்கு எப்படி நினைவுக்கு வருகிறதோ அதே வரிசையில் நான் அதைச் சொல்கிறேன்.”

★

எனது அப்பா வறண்ட பம்பாய் துறைமுகத்தில் வேலை செய்தார். நான் அவரை ‘தாதா’ என்று அழைப்பேன் இன்றுகூட என் மகன் என்னை தாதா’ என்றுதான் அழைக்கிறான். என்னை அவன் டாடி’ என்றோ, ‘பப்பா’ என்றோ அழைப்பதை நான் விரும்பவில்லை. அது அந்நிய நாட்டுக் கற்றாழையை உள் நாட்டு முள் செடியுடன் பதியம் போடுவது போலாகும்.

ஆமாம், நான் என்ன சொல்லிக்கொண்டிருந்தேன்? ஓ, ஆமாம். அந்த நாள்களில் நாங்கள் ‘கவ்வாகானா’க் களில் வாழ்ந்தோம். அது ஒரு பத்துக்குப் பன்னிரண்டு அறை உள்ளேயே குழாய். பொதுக் கழிவறை. என் அப்பா, பாட்டி, மாமாவின் குடும்பம் அதில் வாழ்ந்தது. இன்றைய பம்பாயின் வரைபடங்களில் ‘கவ்வா கானாக்’ களை நீ பார்க்க முடியாது.

‘மஹர்’ எனும் கீழ்ச்சாதிக்காரர்களின் வாழ்க்கை மிகவும் மோசம். ஒவ்வொரு குடிசையிலும் மூன்று, நான்கு குடித்தனங்கள் உண்டு. அவர்களுக்குள் பெட்டிகளின் அட்டைகளினால் தடுப்புகள் உண்டு. அவர்களின் மொத்த உலகமும் இந்தப் பெட்டி அட்டைகளுக்குள்ளேதான். ஆண்கள் மூட்டை தூக்கும் வேலை செய்தனர்.

பெண்கள் பர்தா அணிவது இல்லை. மாறாக அவர்கள் ஆண்களைக் காட்டிலும் இன்னும் அடிமைகளாக வேலை செய்தனர். ஒரு குடிகாரக் கணவன் அவளை எவ்வளவுதான் அடிமையாக நடத்தினாலும் அவள் அவனைக் கவனித்துக் கொள்வாள். அந்த கெட்ட பழக்கத்திற்கு உடன்படக்கூடச் செய்வாள்.

தெருக்களில் இருக்கும் கோணி, காகிதம், உடைந்த கண்ணாடி, இரும்பு, பாட்டில் ஆகியவற்றைப் பொறுக்கிக் கொண்டு வந்து இரவு முழுவதும் அவற்றை ரகம் பிரித்து, காலையில் அவற்றை விற்பதுதான் அவர்கள் வேலை.

மிக அருகில்தான் துணி வியாபாரம் செய்யும் மங்கல் தாஸ் மார்க்கெட் இருந்தது. இந்தக் கடைகளிலிருந்து தூக்கி எறிந்த காகிதங்களை இந்தப் பெண்கள் சேகரிப்பார்கள். ஒவ்வொருவருக்கென்று ஒரு கடை உண்டு. இதில் யார் எந்தக் கடையிலிருந்து குப்பைகளைச் சேகரிப்பது என்பது பற்றி உக்கிரமான சண்டைகள் உண்டு. இதற்காக கடைக்காரச் சிப்பந்திகளுக்கு சில்லறை லஞ்சங்களும் கொடுப்பதுண்டு.

சில பெண்கள் அருகிலிருந்த விபசார விடுதிகளில் இருக்கும் விபசாரிகளின் புடவைகளைத் துவைப்பார்கள். இன்னும் சிலர் கீமா ரொட்டி சாப்பிட்டு சலித்துப்போன விபசாரிகளுக்கு பாஜ்ரி பக்ரி, பர்பாத் ஆகியவற்றைச் சமைத்துக் கொடுப்பார்கள். சிலநேரங்களில் சண்டைக்கார விபசார வாடிக்கையாளர்கள் தங்களுக்கு இந்தப் பெண்கள்தான் வேண்டும் என்றும் கேட்பதுண்டு. அதுபோன்ற நேரங்களில், கண்ணாடி போன்ற பலவீனமான தங்களது கற்பை மிகவும் கஷ்டப்பட்டுக் காப் பாற்றிக்கொள்வார்கள்.

★

அந்த நாள்களில் தாதாவின் நடத்தை எனக்கு அதிக அவமானத்தைக் கொடுத்தது. அவரது சம்பளம் துயரமான அளவுக்குக் குறைவு. அவர் விபசாரிகளிடம் செல்வதுடன், குடிப்பழக்கமும் கொண்டிருந்தார். தன் பழக்கங்களின் காரணமாக அதிகப் பணக்கஷ்டத்திற்கு ஆளானார். அவற்றிலிருந்து மீள்வதற்காக துறைமுகத்திலிருந்து வெண்கலம், பித்தளைக் கம்பிகளை வீட்டிற்குத் திருடிக்கொண்டு வருவார்.

வாசலில் கெடுபிடி இருக்கத்தான் செய்தது. அவர் பாக்கெட்டுகளைத் துழாவினாலும் அதைக் கண்டுபிடிக்க முடியாது. உண்மையில் அவற்றைத் தனது கோவணத்

தில் கட்டிவைத்துக்கொண்டிருப்பார். அவரது திருட்டு கண்டுபிடிக்கப்பட்டு இருக்குமானால், இன்று சமுதாயத் தில் நான் முகத்தைக் காட்ட முடியாமல் போயிருக்கும். அது அதுபோல ஒரு அவமானகரமானதாகும்.

நான் அந்த மொத்தத்தையும் வெறுத்தேன். ஆனால் அவரிடம் அதை யார் சொல்வது? அந்த வயதில் அவரிடம் சொல்லும் அளவுக்கு எனக்குத் தைரியம் இல்லை. ஒரு பக்கத்தில் உண்மை பேசு என்று பள்ளிகளில் படித்துக்கொண்டு மறுபுறத்தில் தாதா திருடிக் கொண்டு வந்தவைகளை சோர்பஜாரில் விற்பதற்காகப் போய்க்கொண்டிருந்தேன். உண்மை வாழ்க்கையுடன் ஒப்பிட்டுப் பார்த்தால் பள்ளிக்கூட உலகம் செயற்கையானதாகத் தெரிந்தது. அது பார்த்து மகிழ்வதற்காக மாட்டி வைக்கப்பட்ட ஓர் அழகிய படத்தைப் போலத் தெரிந்தது.

எங்கள் அக்கம்பக்கத்தில் என்ன இருந்தது? அக்கம் பக்கத்தில் ஒருவன் தன் வீட்டில் தினந்தோறும் ஒரு பத்து ரூபாய் நோட்டை அச்சடித்துக் கொண்டிருந்தான். நாங்கள் அதை மொட்டை மாடியில் காய வைப்போம். அவன் எங்களில் ஒருவரிடம் கொடுத்து அதை மாற்றிக்கொண்டு வரச் செய்வான். அந்த ஒரே ஒரு நோட்டைத் தவிர அதிகமாக அச்சடிக்கக் கூடாது என்பதை அவன் ஒரு விதிமுறையாகக் கொண்டிருந்தான். அது அவனது அன்றாட செலவுகளுக்குப் போதுமானதாக இருந்தது. பேராசைக்காரனாக இருந்தால் சிறை செல்ல வேண்டிவரும் என்று அவன் நினைத்தான்.

இதுதான் எனது அக்கம்பக்கத்து உலகம். அந்த உலகில் வளர்ந்திருந்தால் இன்றைய மாற்றம் முடியாதாகிப்போய் இருக்கும். யாருக்குத் தெரியும் நானும் அவர்களுள் ஒருவனாக வாழ்ந்திருப்பேனோ என்னவோ.

ஆனால் தாதாவின் குடிப் பழக்கம் அதிகமாயிற்று. எவ்வளவு சம்பளம் வந்தாலும் அது கடன்காரர்களிடம் போய்விட்டது. லேவாதேவி செய்யும் பட்டாணிக்காரனிடம் பட்ட கடன்சுமை ஒன்றும் தலைமேல் இருந்தது. இது தினந்தோறும் தாளமுடியாததாகிப் போய்க்கொண்டிருந்தது. ஒரு நாள்

திடீரென்று அவர் தனது வேலையை விட்டுவிட்டார். கைக்கு வந்த வருங்கால வைப்பு நிதியைக் கடன்காரர்களிடம் கொடுத்துவிட்டு கிராமத்துக்குப் போகத் திட்டமிட்டார்.

“அம்மணமாக நான் வந்தேன். அம்மணமாகவே போய்விடுவேன்” என்பது அவரது விநோதமான தத்துவம். அவர் குடித்துவிட்டால் உளறும் வார்த்தை அதுதான். அவர் வாழ்க்கையில் பொருள்கள் சேர்க்க முயற்சிக்கவே இல்லை. அவர் துறைமுகத்தில் செய்த திருட்டுகளுக்குக்கூட ஒரு விஞ்ஞானம் இருந்தது. அவர் என்றைக்கும் பெரிய திருட்டுகளில் மாட்டிக்கொண்டதே இல்லை.

அங்கிருந்த கிளப்பில் விளையாடவரும் யூதர் ஒருவர் தாதாவுக்கு நன்கு தெரிந்தவர். வெள்ளைத் தோல் கொண்ட அந்தக் கிழவர், தனது கோட்டு, சூட்டுடன் காலில் பாத அணியுடன் எங்கள் வீட்டிற்கு வருவார். தொப்பியைக் கழற்றி மெத்தையின் மீது வைத்துவிட்டு உட்கார்ந்து கொள்வார். வீட்டில் செய்த மாமிச ‘பர்பாத்’தைச் சாப்பிடுவார். அவர் முகமும் கன்னமும் உணவின் காரத்தினால் சிவந்து போகும். சாப்பிடும்போது அவர் பெருமூச்சுகள் விடுவார்.

அவர் ஒரு வைர வியாபாரி. அவர் தன் கக்கத்தில் இடுக்கிய சிறிய மரப்பெட்டி ஒன்றுடன் பணக்காரர்களின் வீடுகளுக்குச் செல்வார்.

அவர் ஒரு நாள் பாலஸ்தீனத்திற்குச் செல்லவேண்டி இருந்தது. அவருக்கு தாதாவிடம் அதிக நம்பிக்கை இருந்தது. அவர் ஊருக்குப் போகுமுன் அந்த மரப் பெட்டியை எங்கள் வீட்டில் கொடுத்துவிட்டுப் போனார். ஒன்று இரண்டு ஆண்டுகள் ஓடிவிட்டன. நாங்கள் நினைத்தோம், அந்தக் கிழவர் செத்துவிட்டு இருக்கவேண்டுமென்று. தாதா அப்போது கூட அந்த வைரங்களை விற்கத் துணியவில்லை. கிழவர் இரண்டு ஆண்டுகள் கழித்துத் திரும்பியபோது அவரது சொத்து அவரிடம் பத்திரமாகத் திருப்பித்தரப்பட்டது.

இதுதான் எங்கள் தாதா.

நான் என் வாழ்நாள் முழுவதும் பயந்து செத்து இருக்கிறேன். இதற்கு என் சொந்தக் காரணங்களும், நான் பிறந்த துரதிருஷ்டமான சாதியினுடையதும் ஆகும். ஓர் உதாரணத்துக்கு, இந்த விஷயம் வந்துவிட்டதால் அதுபற்றியும் சொல்கிறேன்.

அந்த நேரத்தில் ஒரு தலைமறைவான ஊழியர் எனக்கு ஒரு 'நிரோத்' பாக்கெட்டை அனுப்பி இருந்தார். அதன் மீது அவர் என்ன எழுதியிருந்தார் என்று நினைக்கிறீர்கள்.

"இது உன்னைப் போன்ற பலகீனமான கால் முட்டி கொண்ட குழந்தைகள் என்றுமே பிறக்காமலிருப்பதற்கான பாதுகாப்பு." ஆனால் இந்தத் தலைமறைவான ஆசாமிகூட பயந்தவர்தான். ஏனெனில் அக்கடிதத்தில் அவர் தன் கையெழுத்தை இடவில்லை.

இன்றைய இரண்டாவது சுதந்திரத்திற்குப் பிறகு அவர் நிச்சயம் மகிழ்ச்சி அடைந்து இருக்க வேண்டும். ஆனால் நான் மகிழ்ச்சி அடையவில்லை. அரசியல் கடை இன்னமும் அதேதான். அதன் பெயர்ப் பலகை மட்டிலும் மாறியிருக்கிறது. அதன் பெயர்ப் பலகை மட்டும் மாறியிருக்கிறது என்றுதான் நான் நினைக்கிறேன்.

சுதந்திரத்திற்குப் பிறகு வந்த 30 ஆண்டுக் காலத்தில் மட்டும் நான் பயந்துகொண்டிருக்கவில்லை. எமர்ஜென்சிக்குப் பிறகு வந்த இரண்டாவது சுதந்திரத்திலும் பயந்தேன். இது எந்த நேரத்திலும் என்னை நடைபாதைக்குக் கொண்டு வந்துவிடும் என்று பயப்படுகிறேன். என் குழந்தைக்கு எந்த மாதிரி எதிர்காலம் பரிமாறப்பட்டிருக்கிறது என்று எனக்குத் தெளிவாகத் தெரியவில்லை.

இதுபோன்ற பயத்துடன்தான் நான் உன்னுடன் உலவிக்கொண்டிருக்கிறேன். உன்னிடம் உண்மை சொல்லவேண்டுமென்றால், நான் இதை விரும்பவில்லை. எல்லா மனிதர்களும் இறுதியில் தனிமைப்பட்டுப் போவதுபற்றிப் பயப்படத்தான் செய்கிறார்கள். இது நான் நீ சொல்வதையெல்லாம் கேட்டுக்கொண்டிருக்கிறேன்

என்பதுகூட அல்ல. சில நேரங்களில் வெறுப்பு எனக்குள் கொந்தளிக்கிறது.

★

தாட்கு பவார் நடந்து செல்லத் தொடங்கினான். அவன் தோள்கள் வணங்கி இருந்தன. அவன் ஏதோ இயேசுநாதரைப் போல ஒரு சிலுவையைச் சுமப்பது போலவும் அதன் கனத்தின் கீழே குனிந்து இருப்பது போலவும் தெரிந்தது. ஆனால் இயேசு நாதர் தலையில் ஒளிவட்டம் ஏதும் அவன் தலையில் இல்லை. அவன் காலடிகள் மெல்லத் தேய்ந்து முன்னால் இருந்த பெரிய கும்பலில் காணாமல் போனான்.

நான் என் சொந்தக் கவிதையை நினைத்துக் கொண்டேன்.

'துயரத்தால் நனைந்த இந்த மரத்தை
நான் பார்க்கிறேன்.
ஒரு போதி மரத்தின் வேர்களைப்போல
இதன் வேர்கள் ஆழமாக இருக்கின்றன.
ஆனால் போதி மரமாவது பூக்கச் செய்தது.
இது எல்லாக் காலங்களிலும் காய்ந்தே கிடக்கிறது.

ஒவ்வொரு நரம்பின் மூலமாகவும் வெடித்துக் கிளம்ப
முயற்சிக்கும் துயரங்கள்
அதன் விரல்கள் ஒரு குஷ்டரோகியின் விரல்களைப்போல்
உதிர்ந்துபோயின...
இந்த நோய்தான் என்ன?
ஒவ்வொரு கிளைக்கும் தாங்கி நிற்க என்று
கோல்கள் கட்டப்பட்டுள்ளன.

அது சாவைப்போன்ற வதைகளை அனுபவிக்கிறது.
ஏனெனில் அதனால் சாகமுடியவில்லை
இந்த மரம்
சோகத்தால் நனைந்து கொண்டிருப்பதை
நான் பார்க்கிறேன்.

★

**பாரத் பூஷன் அகர்வால் / இந்தி**

## கொடை

சாம்பலாகிப் போய்விடுவதில்
என்ன பயன் இருக்கிறது

போவதற்கு முன்னால்
என்னுடைய எல்லாவற்றையும்
கொடுத்து விடுவது சிறந்தது.

என் கண்களை
என் காரோட்டிக்குக் கொடுத்துவிடுவேன்.
அப்போதுதான்
பாதையோரத்தில் நடக்கையில்
மலர்ச் செடிகளைக் கண்டு வியக்க முடியும்.

செவிகளை என் முதலாளிக்கு,
அப்போதுதான்
புறஞ்சொல்லும் இருட்டறையிலும்
அவர் கவிதையை
இழக்காமலிருப்பார்

எனது வாய்
மக்கள் வணங்கும்
மக்கள் தலைவருக்கு...

ஏனெனில் இந்நாள்களில்
அவர்
உணவு கொள்ளாமல் கூட
சொற்பொழிவு செய்வதில் மும்முரமாயிருக்கிறார்.

கைகளை
சதுர்பாய் சாஸ்திரிக்கு
அப்போதுதான்
அவர் நான்கரங்கள் கொண்டவராகத் திகழ்வார்.

கொடிய திருடனுக்கு
எனது கால்கள்
பழமொழி சொல்கிறது
திருடர்களுக்குக் கால்கள் இல்லை என்று.

என் காதலியே
உனக்கு எனது இதயம்
அப்போதுதான்
காதலித்து
என் உண்மையான மனைவியாக இருப்பாய்.

★

**ஷாஹெர்யார் / உருது**

## இந்திய அறிவுஜீவிகளின் வாக்குமூலம்

*நாங்கள் கோழைகள்*
*ஒப்புக்கொள்கிறோம்*
*வானத்திற்கு எங்களைத்*
*தூக்கிக் கொண்டு போங்கள்.*
*அங்கிருந்து பாதாளத்துக்குத் தூக்கி எறியுங்கள்*
*கைகள், கண்கள், செவிகள், உதடுகள்*
*இவை இருந்தாலும் சரி அழிந்தாலும் சரி*
*அக்கறை இல்லை*
*எங்களது ஒரே ஒரு வேண்டுகோள்:*
*எங்கள் முதுகெலும்பு உடைந்து போகக்கூடாது*
*மேலும்*
*ஊர்ந்து போகும் பழக்கத்தை*
*எங்களால்*
*விட்டுவிட முடியாது.*

★

## புத்ததேவா போஸ் / வங்காளி

# ஓ கனகா, கனகவதி...

உனது பெயரின் ஓசையே
ஓர் இசை
எனது வாழ்க்கை அந்த இசையுடன்
இணைக்கப்பட்டிருக்கிறது.
ஓ கனகா, கனகவதி!

எனது இதயம்
அதன் தாளலயத்திற்கேற்பத் துடிக்கிறது
ஓய்வு ஒழிச்சலற்ற அலைகளாக
என் குருதி அதன் தாளலயத்திற்கேற்ப
பெருகுகிறது
ஓ கனகா கனகவதி!

எல்லையற்ற பிரபஞ்சவெளியை
ஒளி மழையால் நிறைக்கும்
எண்ணற்ற இந்த நட்சத்திரங்கள்

என்ன சொல்கின்றன என்று
எனக்குச் சொல்லேன்.
இலைகளுக்கு இடையே பெருமூச்சுவிடும்
இரவுக் காற்று என்ன சொல்கிறது
என்று எனக்குச் சொல்லேன்.

கண்கங்களுக்கு இலை
நுரை கொழித்துப் பாயும்
கடல் சொல்லும் வார்த்தைதான் என்ன
நட்சத்திரங்களும், கடலும், காற்றும்
உன் பெயரையே பறைசாற்றுவதாக
நான் நினைக்கிறேன்
ஓ கனகா கனகவதி

அப்படி இல்லையென்றால்
இந்த வான வெளியைக்
குருடாக்கி, அநாதையாக்கிவிட்டு
ஆண்டாண்டு காலத்திற்கு முன்னரே
இந்த நட்சத்திரங்கள் மறைந்து
போயிருக்கமாட்டாவோ?

தண்ணீர் மௌனமாகி
காற்று சப்தமற்றுப் போயிருக்க மாட்டாவோ
எல்லா வார்த்தைகளும்
பேசப்பட்டுவிட்ட பிறகு
கடைசியாக பளிச்சென மலரும் வார்த்தை

உன்னுடைய பெயர்தான் என்பதினால்
ஓ கனகா, கனகவதி

நட்சத்திரங்களும், கடலும், காற்றும்
பறைசாற்றுவது

உன் பெயரைத்தான் என்றில்லாவிட்டால்
வார்த்தைகள்
வெறும் வார்த்தைகளாகவே போயிருக்கும்

எந்த வார்த்தையுமே
ஓர் இசையாக
மலராமலேயே போயிருக்கும்
ஓ கனகா கனகவதி.

★

## மோலினா / தெலுங்கு

# போர்க்களத்தில் கவிதை

போர்க்களத்தில் இருந்து கொண்டு
கவிதை எழுதுவது தான்
எவ்வளவு மகிழ்ச்சிகரமானது.
இங்கே கவித்வம் தன் செயற்கையான நுட்பங்களை
இழக்கிறது.

இங்கே
வாழ்க்கை
இரக்கமற்றும், மிருகத்தனமாகவும்
வாழ்வின் நிதர்சனங்களுடன் போராடுகிறது.
இங்கே ரத்தம்
வெள்ளமாய்ப் பெருகி
கண்ணீருடனும், வியர்வையுடனும் கலக்கிறது.
இங்கே மிருகத்தனம்
அகிம்சைத் தவத்தை மேற்கொண்டு
வெறும் மனிதர்களை மட்டுமே தின்கிறது.

இங்கே
மலரும், நிலவும், இரவும் கூட
குருதியில் மூழ்கி உள்ளன.

நாகரிகமானவர்களின்
கவிதை கலைக்களஞ்சியங்களில்
இவற்றிற்கு இடம் கிடையாது.
நாங்கள்
செத்தவர்களின் சிதைகளில்
எங்களை எரித்துக் கொள்ள விரும்பவில்லை.

புதியதோர் உலகம் ஒன்று
நம்மை எதிர்நோக்கியுள்ளது.
பழைய உலகின் சமாதியின் மீது
அதன் அஸ்திவாரம் எழுப்பப்பட்டுள்ளது.
அங்கே
கவிதை
இனிமேலும் போர் புரியாது.

★

**வாமன் இங்ளே / மராத்தி**

## தன்னைப் போல் இல்லாத ஒரு மனிதர்

*அமீபாவின் வழித்தோன்றல்;*
*மனித உடம்புடன் அவர்.*
*அவரது உடைகள்*
*உண்மையான அல்லது பொய்யான*
*தேசபக்தனுடையது போல சொரசொரப்பானவை.*
*சிறுவர்கள் சொன்னார்கள்*
*அவர் சுபாஷ்போஸ்போல இருப்பதாக.*
*வயதான காலத்தில் காரல் மார்க்சுபோல.*
*அவர் அவரைப்போல் ஒருபோதும் இருந்ததில்லை.*
*(அவர் சாகும்போது மட்டும்*
*ஒரு பிணத்தைப்போல இருந்தார்)*

*தும்ம வேண்டும் என்று தோன்றிய போது தும்மினார்.*
*ஆனால் அது*
*என்றுமே புகைப்படமெடுக்கப்பட்டு செய்தித்தாள்களில்*
*படமாகப் போடப்பட்டதில்லை.*
*அவருக்கு*
*நிறையப் பிழை திருத்தங்கள் இருந்தன.*
*அவரது எல்லாப் பிழைதிருத்தங்களும்*
*செய்யப்பட வேண்டுமென்று சொன்னார்.*

*அதாவது*
*அவரது (மக்களுடைய) சேவை செய்யப்படவேண்டும்*
*என்று அர்த்தம்.*

*அதன் பிறகு ஒரு 22 காரட் தங்கம் கிடைக்கும்.*
*கடவுள் அப்படிச் சொல்லியிருந்தார்.*
*கடவுள் அதைத் தவறாகச் சொல்லியிருப்பாரானால்*
*அவர் ஒரு பொய் சொல்லும் சோதிடர்*
*(அவருக்கு அது தெரியும்)*

*எல்லா நேரங்களிலும்*
*ஒரு டி. பி. நோய்க் கிருமிபோல*
*ஒட்டிக் கொள்வது அவர் சுபாவம்.*
*சம்யுக்த மகாராஷ்டிரா,*
*நாகா விதர்பா*
*இருமொழி பஞ்சாபி சபை*
*தொழிற்சங்கம், தொழிலாளர் போராட்டம் என்று*
*எல்லா இடங்களிலும் அவர் எழுந்தருள வேண்டியது*
*தேவைப்பட்டது*
*எதனோடும் ஒட்டு பற்றுதலற்ற*
*எல்லா இடங்களிலும் பரவிய இறைவனைப்போல.*
*(தூணிலிருக்கும் மூட்டைப் பூச்சி போல என்று*
*சிறுவர்கள் சொல்வது உண்டு)*

*யாரோ ஒருவரது எருமை*
*கன்று போடுவதாக இருந்தாலும்,*
*யாரோ ஒருவரின் அனுமதி,*
*யாரோ ஒருவனைப் பள்ளியில் சேர்ப்பது*
*மூன்றும் மனிதனின் போனஸ்*
*(தடுப்பதா... ஏன் முடியாது?)*
*தேசத்தின் எல்லா ஆவல்களும் அவருடையவை*
*(அவருடைய எல்லா ஆவல்களும் தேசத்தினுடையவை*
*என்று சிறுவர்கள் சொல்வது உண்டு)*

*இவை அனைத்தும் செய்து முடிக்கப்பட வேண்டும்.*
*அவருக்குத் தெரியாததுதான் என்ன*

மொரார்ஜியின் இருமல்
வினோபாபாவே சாப்பிடும் தேன் எது
எஸ். கே. பாட்டிலின் கொட்டாவி
மேனனின் தாய்மொழி
எல்லா ரகசியங்களும்
அவருக்கும், அவர் கடவுளுக்கும் தெரியும்.

இப்போது அவர் மிக வசதியுடன் இருந்தார்.
1947க்கு முன்னர் இருந்ததைவிட
மிக வசதியாக
ஒவ்வொரு ஆண்டும் மழை வருவதுபோல
தேர்தல்கள் வந்தன.
முதல் ஆட்டக்காரரர் அவராகவே இருந்தார்.

நேற்று
அவர் செத்துப்போனார்
அவர் தனக்குப் பின்னால்
கடனையோ, குழந்தைகளையோ
விட்டுவிட்டுப்போகவில்லை என்று
சிறுவர்கள் சொன்னார்கள்.
அவர் பிச்சை எடுத்ததுமில்லை, கொடுத்ததுமில்லை.
அவர்
வரலாற்றாசிரியர்களின்
ஆராய்ச்சிக்கான பொருள்
அவரது பையில்
நிறைவேற்றப்படாத மனுக்கள்
பிரமாணப் பத்திரங்கள் இல்லாமல்

★

**சிதர் கந்தா / ஒரியர்**

## பேருந்தின் கண்ணாடியில் சூரிய மறைவு

*மிதிவண்டி ஓட்டுபவர்கள்*
*நடக்கிறவர்கள்*
*எல்லா மைல்கம்பங்களும்*
*மரங்கள். செடிகள், மலர்கள், பழங்கள்*
*எல்லாம் சுடர்விட்டு எரியும் அதனுள்*
*மறைவதற்காக ஓடுகின்றன...*
*எல்லாம் மறைந்தன; எல்லாம் மறைந்தன.*
*எண்ணற்ற பிரபஞ்சங்கள் மறைந்தன.*
*அந்த ஆதிகாலப் பொருள்*
*அனைத்தையும் உறிந்து விடுகிறது.*
*பேருந்தின் கண்ணாடியில் தெரியும்*
*அந்த எரியும் கோளத்தின் - மாபெரும் சூரியனின்*
*கடைசி ஒளிக்கற்றைகளில்*
*அனைத்தும் மறைந்து விடுகின்றன.*
*(அது சொர்க்கமா அல்லது சொர்க்கத்தைக் கடந்ததா?)...*

★

## சி. நாராயணரெட்டி / தெலுங்கு

# இதயம் எங்கே?

இது என் நாட்டின் வரைபடம்
இன்று இதை நான் வரைந்தேன்
கடல்கள் இதன் கால்கள்
மரங்கள் கைகள்
ஆறுகள் நரம்புகள்
மலைகள் தசைகள்
மலர்கள் நம்பிக்கைகள்
வெப்பமான நீராவி
மூச்சு வளையங்கள்

எல்லா உறுப்புகளும் செவ்வனே உள்ளன.
எல்லாமே சரிவர இயங்குகின்றன
ஆனால், ஐயகோ,
இதயம் எங்கே?
சற்று பொறுங்கள்
மருத்துவமனையில் குணமடைய வேண்டி
போராடிக் கொண்டிருக்கிறது.

★

பட்காவ்கர் / மராத்தி

## பாறை

ஆர்ப்பாட்டம் ஓய்ந்துவிட்டது.
நுரை மெதுவாக சுழிக்கிறது.
மிக முன்னரே
மணலின் மீது காலடிச் சுவடுகள் மறைந்துவிட்டன.
ஈரப்பதத்துடன் அமைதியாக இருக்கும்
கடற்கரையின் மீது
பட்டு மஞ்சள் நேர்த்தியுடன்
சூரியன் அமைதியாகப் பளபளக்கிறான்.
விளிம்பில்
அலைகள் மெதுவாக எழுகின்றன.
பாறைகள்
அப்போதுதான் குளித்து முடித்து
முகமும், உடலும்
வெயில் காய்ந்து கொண்டுள்ளன.

★

ப்ரணாப் பந்தோபாத்யாய் / வங்காளி

## அந்தக் குழந்தை

நிர்வாணமான
அந்தக் குழந்தைக்கு
ஒரு துண்டுத்துணி கொடுங்கள்.

வியட்நாமில் குண்டு போடப்பட்டுவிட்டது
பங்களாதேஷ்
குருதி கொட்டிக் கொண்டிருக்கிறது.
பகை அணு ஆயுதங்கள்
பூமியைச் சுற்றி முழக்கமிடுகின்றன.
குழந்தைக்கு
ஒரு துண்டுத்துணி கொடுங்கள்.

விழிப்பான, திருட்டுத்தனம் மிக்க சந்தர்ப்பவாதிகள்
சீட்டாட்டத்தின் ரகசியங்களையும்
தற்காப்பின் நுட்பமான
சூழ்ச்சிகளையும் அறிவார்கள்.
ஆனால்
கள்ளம் கபடமற்ற
பசித்த அந்தக் குழந்தை
உண்மையிலேயே நிர்க்கதியானது
உங்களில் யாராவது
அதற்கு
ஒரு ரொட்டித் துண்டு கொடுங்கள்.

★

# உதவிய நூல்களுக்கு நன்றி

1. Contemporary Indian Literature & Society By Motilal Jain Heritage Publication, New Delhi
2. Indian Poetry Today Volume-2 -Indian Council For Cultural Relations New Delhi
3. An Anthology Of Modern Oriyan Poetry - Edited By Sitakant Mahapatra Vikas Publication House (P) Ltd New Delhi
4. Hail Revolutioni - All India League For Revolutionary Culture, Vijayawada
5. Banked Fire & Other Stories - By Kartar Singh Duggal Pearl Publications (P) Ltd, Bombay
6. The Love Letter & Other Stories - By Vaikam Mohamad Basheer Sangam Books (P) Ltd, Madras
7. Summer in Calcutta - By Kamladoss, New Delhi
8. Lonesong Street - By Pritish Nandy Arnold Heineman Pub India Ltd New Delhi
9. Dissections - By Bharat Bhushan Agarwal Writers Workshop, Calcutta

10. Signature On The Seashore - By C. Narayana Reddy Writers Workshop, Calcutta

11. Raging Storm - Revolutionary Writers Association Andhra Pradesh

12. Sword Song - Revolutionary Writers Association AndhraPradesh

13. Vikas Book Of Modern Indian Love Poetry Edited By Pritish Nandy Vikas Publications (P) Ltd, New Delhi

14. Imprint Magazine - jan 1980

15. The Illustrated Weekly Of India -Oct 6-112, 985

## இந்திரன்

indran 48@gmail.com

தமிழ், ஆங்கில மொழிகளில் 40 ஆண்டுகளாக எழுதி வரும் இவர் சாகித்ய அகாடமியின் மொழிபெயர்ப்பு விருதினை (2011) பெற்றவர். 1948இல் புதுச்சேரியில் பிறந்தவர். பிரிட்டிஷ் கவுன்சிலினால் லண்டன் அருங்காட்சியகங்களில் இருக்கும் இந்தியக் கலைப் பொருட்களை ஆய்வு செய்வதற்கு அனுப்பப்பட்டவர். 2000ஆம் ஆண்டு தமிழக அரசு கன்னியாகுமரியில் திருவள்ளுவர் சிலை திறந்தபோது 133 நவீன ஓவியர்களின் மாபெரும் கண்காட்சி அமைத்தவர். SRM பல்கலைக் கழகத்தின் தமிழ்ப் பேராயத்தின் ஆனந்த குமாரசாமி கவின் கலை விருது பெற்றவர். A Dialogue with Painting - 30 (2008), The Sculptural Energy (2008) ஆகிய குறும்படங்கள் இயக்கியவர்.

இவரது நூல்கள் கலை விமர்சனம்: நவீன கலையின் புதிய எல்லைகள் - 1987, ரே: சினிமாவும் கலையும் -1989, தமிழ் அழகியல் - 1994, Man & Modern Myth - 1994, தற்கால கலை: அகமும் புறமும் - 1996, Taking His Art to Tribals - 1999, தேடலின் குரல்கள்: தமிழக தற்கால கலை வரலாறு - 2001, நவீன ஓவியம் - 2005, கலை - ஓவியம், சிற்பம் பற்றிய கட்டுரைகள் - 2010.

கவிதை: திருவடி மலர்கள் - 1972, Syllables of Silence -1982, அந்நியன் - 1982, முப்பட்டை நகரம் -1991, சாம்பல் வார்த்தைகள் - 1994,

Acrylic Moon - 1996, Selected Poems of Indran - 2002, மின்துகள் பரப்பு - 2003, மிக அருகில் கடல் (2014)

மொழிபெயர்ப்பு: அறைக்குள் வந்த ஆப்பிரிக்க வானம் - 1982. காற்றுக்குத் திசை இல்லை - இந்திய இலக்கியம் - 1986, பசித்த தலைமுறை - மூன்றாம் உலக இலக்கியம் - 1994, பிணத்தை எரித்தே வெளிச்சம் - தலித் இலக்கியம் 1995, Kavithayana - Trilingual Collection of Oriya Poetry - 2002, கடவுளுக்கு முன் பிறந்தவர்கள் - ஆதிவாசி கவிதைகள் - 2003, மஞ்சள் வயலில் வெறி பிடித்த தும்பிகள் - ஒடிய கவிதை - 2003, பறவைகள் ஒருவேளை தூங்கிப் போயிருக்கலாம் - 2011

தொகுப்பு: இந்திரன்: கவிதை, ஓவியம், சிற்பம், சினிமா (2000), வேரும் விழுதும்: தற்கால மக்கள் பண்பாடு (2000), புதுச்சேரி: மனசில் கீறிய சித்திரங்கள் (2002)

நினைவுக் குறிப்புகள்: இந்திரன் காலம். ஓர் இலக்கிய சாட்சியம் (2008)

உரையாடல்: Man and Modern Myth: Indran with S.Chandrasekaran Eminent Artist from Singapore (2000), கவிதை அனுபவம்: இந்திரன் வ.ஐ.ச.ஜெயபாலன் (2004)

இதழாசிரியர்: வெளிச்சம் (1976), The Living Art-An Art Magazine (1992), நுண்கலை ஓவிய நுண்கலைக்குழுவின் கலை இதழ் (1999).

www.ingramcontent.com/pod-product-compliance
Ingram Content Group UK Ltd.
Pitfield, Milton Keynes, MK11 3LW, UK
UKHW042016190726
13854UKWH00005B/2319